The Power of Play: Education and Social Policy for Early Childhood Development

బాల్య వికాసానికి ఆట శక్తి: విద్య మరియు సామాజిక విధానాలు

Hemalatha

Title: The Power of Play: Education and Social Policy for Early Childhood Development

Author's: Hemalatha

This book was printed and published by [Publisher's: **Hemalatha**] in [2023]

ISBN:

TABLE OF CONTENT

విషయ సూచిక

అధ్యాయం 5. సురక్షితమైన మరియు యాక్సెస్‌బుల్ ప్లే స్థలాల నిర్మాణం: ఒక కమ్యూనిటీ ప్రయత్నం

అధ్యాయం 6. కుటుంబ-కేంద్రీకృత ఆట: ఇంట్లో ఆటల పద్ధతులను మద్దటం

అధ్యాయం 7. ఆటపై పరిశోధన: ఆధారాల-ఆధారిత పద్ధతులను అభివృద్ధి చేయడం

- 7.1 ఆట యొక్క ప్రభావాన్ని కొలవడం: ప్రభావవంతమైన పరిశోధన సాధనాలను అభివృద్ధి చేయడం
- 7.2 దీర్ఘకాలిక ఆట అధ్యయనాలు: ఆటల నేర్చుకునే విధానం యొక్క శాశ్వత ప్రయోజనాలను బయటపెట్టడం
- 7.3 అంతర్-శాఖా సహకారం: పరిశోధన మరియు పద్ధతి మధ్య అంతరాన్ని పూడ్చడం
- 7.4 ఆట పరిశోధనలో నీతిపరమైన పరిగణనలు: పిల్లల ఆరోగ్యానికి ప్రాధాన్యత ఇవ్వడం

అధ్యాయం 8. ఆటల విధానాల కోసం వాదన: సంబంధిత వ్యక్తులు మరియు నిర్ణయ-గ్రహీతలను నిమగ్నం చేయడం

- 8.1 భాగస్వాములను నిర్మించడం: ఉపాధ్యాయులు, తల్లిదండ్రులు మరియు విధాన నిర్మాతలను నిమగ్నం చేయడం
- 8.2 ప్రజా అవగాహన ప్రచారాలు: సమాజంలో ఆట యొక్క ప్రాముఖ్యతను పెంచడం
- 8.3 ఆటల చొరవల కోసం నిధులు సమకూర్చడం: ఆట కార్యక్రమాల కోసం వనరులను సురక్షితం చేయడం
- 8.4 స్థానిక, జాతీయ మరియు అంతర్జాతీయ స్థాయిలలో విధాన వాదన

Chapter 1: Play Defined: Unraveling the Magic of Childhood Exploration

అధ్యాయం 1. ఆట నిర్వచనం: బాల్య అన్వేషణ యొక్క మాయాజాలాన్ని విప్పడం

ఆట సిద్ధాంతాలు: పియాజె నుండి వైగోట్స్కి

ఆట అనేది పిల్లల అభివృద్ధిలో ఒక ముఖ్యమైన భాగం. ఇది పిల్లలకు వారి స్వీయ-నియంత్రణ, సృజనాత్మకత మరియు సామాజిక నైపుణ్యాలను అభివృద్ధి చేయడంలో సహాయపడుతుంది. ఆట సిద్ధాంతాలు ఆట యొక్క స్వభావం మరియు దాని పిల్లల అభివృద్ధిలో పాత్రను వివరిస్తాయి.

జిన్ పియాజె

జిన్ పియాజె అనేది ఆట సిద్ధాంతాలలో అత్యంత ప్రభావవంతమైన వ్యక్తి. అతను ఆటను పిల్లల సహజ అభివృద్ధి యొక్క ఒక భాగంగా చూశాడు. అతను ఆటను పిల్లల అభివృద్ధిలో నాలుగు దశలను గుర్తించాడు:

ఆసక్తి దశ (0-2 సంవత్సరాలు): ఈ దశలో, పిల్లలు ఆట యొక్క భౌతిక లక్షణాలపై దృష్టి పెడతారు. వారు వస్తువులను పట్టుకోవడం, లాగడం మరియు విసిరేయడం వంటి ఆటలను ఆడతారు.

సాంప్రదాయ ఆట దశ (2-7 సంవత్సరాలు): ఈ దశలో, పిల్లలు సాంప్రదాయ ఆటలను ఆడటం ప్రారంభిస్తారు, వీటిలో

నియమాలు మరియు పాత్రలు ఉంటాయి. వారు డోల్స్, కార్లు మరియు బొమ్మలతో ఆటలను ఆడతారు.

- సహకార ఆట దశ (7-11 సంవత్సరాలు): ఈ దశలో, పిల్లలు ఇతరులతో కలిసి ఆటలను ఆడటం ప్రారంభిస్తారు. వారు బౌలింగ్, టెన్నిస్ మరియు బ్యాస్కెట్‌బాల్ వంటి ఆటలను ఆడతారు.
- సృజనాత్మక ఆట దశ (11 సంవత్సరాల తర్వాత): ఈ దశలో, పిల్లలు స్వయంప్రతిపత్తంగా ఆటలను ఆడటం ప్రారంభిస్తారు. వారు కథలు, నాటకాలు మరియు మ్యూజిక్ వంటి ఆటలను ఆడతారు.

లెవ్ వైగోట్స్కీ

లెవ్ వైగోట్స్కీ అనేది పియాజె తర్వాత ఆట సిద్ధాంతాలపై గణనీయమైన ప్రభావాన్ని చూపిన మరొక వ్యక్తి. అతను ఆటను పిల్లల అభివృద్ధిలో ఒక ముఖ్యమైన సాధనంగా చూశాడు. అతను ఆటను పిల్లలకు వారి జ్ఞానాన్ని అభివృద్ధి చేయడానికి మరియు వారి సామాజిక నైపుణ్యాలను అభివృద్ధి చేయడానికి సహాయపడే ఒక వేదికగా చూశాడు.

వైగోట్స్కీ ఆటను రెండు రకాలుగా విభజించాడు:

- అభివృద్ధి క్రింది ఆట (ఆన్-ది-గ్రౌండ్ ఆట): ఈ రకమైన ఆటలో, పిల్లలు వారి స్వంత సామర్థ్యాల స్థాయిలో ఆడతారు.

ఆట రకాలు: నిర్మాణ రహిత, నటన, సామాజిక, మరిన్ని

ఆట అనేది పిల్లల అభివృద్ధిలో ఒక ముఖ్యమైన భాగం. ఇది పిల్లలకు వారి స్వీయ-నియంత్రణ, సృజనాత్మకత మరియు సామాజిక నైపుణ్యాలను అభివృద్ధి చేయడంలో సహాయపడుతుంది. ఆటలను వివిధ రకాలుగా వర్గీకరించవచ్చు, వాటి లక్షణాలు మరియు లక్ష్యాలు ఆధారంగా.

నిర్మాణ రహిత ఆట

నిర్మాణ రహిత ఆట అనేది నిర్దిష్ట లక్ష్యం లేదా నియమాలతో ఆడే ఆట. ఇది సాధారణంగా స్వేచ్ఛా ఆలోచన మరియు సృజనాత్మకతను ప్రోత్సహిస్తుంది. నిర్మాణ రహిత ఆటలకు కొన్ని ఉదాహరణలు:

బొమ్మలతో ఆడటం

చెక్కడం లేదా చిత్రించడం

కథలు రాయడం లేదా ఊహించడం

పరిశోధించడం మరియు ఆవిష్కరించడం

నటన ఆట

నటన ఆట అనేది పిల్లలు వివిధ పాత్రలను పోషించే ఆట. ఇది పిల్లలకు వారి సృజనాత్మకతను వ్యక్తపరచడానికి మరియు వారి సామాజిక నైపుణ్యాలను అభివృద్ధి చేయడానికి సహాయపడుతుంది. నటన ఆటలకు కొన్ని ఉదాహరణలు:

డ్రామా ఆటలు

- తల్లిదండ్రులు మరియు పిల్లలు ఆటలు
- ఉద్యోగాల ఆటలు
- కథల ఆధారంగా ఆటలు

సామాజిక ఆట

సామాజిక ఆట అనేది ఇతరులతో కలిసి ఆడే ఆట. ఇది పిల్లలకు వారి సామాజిక నైపుణ్యాలను అభివృద్ధి చేయడంలో సహాయపడుతుంది, వీటిలో సంభాషణ, సహకారం మరియు పోటీ ఉన్నాయి. సామాజిక ఆటలకు కొన్ని ఉదాహరణలు:

- సాంప్రదాయ ఆటలు
- స్పోర్ట్స్
- సాంస్కృతిక ఆటలు
- వర్గం లేదా శిబిరాల్లో ఆటలు

ఇతర రకాల ఆటలు

ఈ క్రిందివి ఆట యొక్క ఇతర రకాలు:

- కండరాల ఆటలు
- సాహస ఆటలు
- సాంకేతిక ఆటలు
- కంప్యూటర్ ఆటలు

ఆట అనేది పిల్లల అభివృద్ధిలో ఒక ముఖ్యమైన భాగం. ఇది పిల్లలకు వారి స్వీయ-నియంత్రణ, సృజనాత్మకత, సామాజిక

నైపుణ్యాలు మరియు మరిన్నింటిని అభివృద్ధి చేయడంలో సహాయపడుతుంది. పిల్లలకు వివిధ రకాల ఆటలను అందించడం ద్వారా, మనం వారి అభివృద్ధిని పూర్తిగా ప్రోత్సహించడంలో సహాయపడవచ్చు.

ఆట యొక్క నర న్యూరోసైన్స్: మెదడు నిర్మాణాన్ని నిర్మించడం

ఆట అనేది పిల్లల అభివృద్ధిలో ఒక ముఖ్యమైన భాగం. ఇది పిల్లలకు వారి మెదడును అభివృద్ధి చేయడంలో సహాయపడుతుంది. ఆట యొక్క నర న్యూరోసైన్స్ అనేది ఆట మరియు మెదడు అభివృద్ధి మధ్య సంబంధాన్ని అధ్యయనం చేసే శాస్త్రం.

ఆట మరియు మెదడు అభివృద్ధి మధ్య సంబంధం

ఆట పిల్లల మెదడు అభివృద్ధిలో అనేక విధాలుగా సహాయపడుతుంది. మొదట, ఆట పిల్లలకు కొత్త సామర్థ్యాలను నేర్చుకోవడానికి అనుమతిస్తుంది. ఆట యొక్క సవాలులు మరియు అవకాశాలు పిల్లల మెదడును కొత్త న్యూరాన్‌లను రూపొందించడానికి మరియు అనుసంధానించడానికి ప్రేరేపిస్తాయి. రెండవది, ఆట పిల్లలకు వారి మెదడును నియంత్రించడం నేర్చుకోవడంలో సహాయపడుతుంది. ఆటలో పాల్గొనడం ద్వారా, పిల్లలు తమ ఆలోచనలు, భావాలు మరియు ప్రవర్తనలను నియంత్రించడం నేర్చుకుంటారు. మూడవది, ఆట పిల్లలకు వారి మెదడును సృజనాత్మకంగా ఉపయోగించడంలో సహాయపడుతుంది. ఆట పిల్లలకు కొత్త ఆలోచనలు మరియు పరిష్కారాలను రూపొందించడానికి అనుమతిస్తుంది.

ఆట యొక్క న్యూరోసైన్స్ పరిశోధన

ఆట యొక్క న్యూరోసైన్స్ పరిశోధన అనేక ఆసక్తికరమైన కనుగొళ్లను కనుగొంది. ఒక అధ్యయనం ప్రకారం, ఆట పిల్లల

శ్రద్ధ మరియు నియంత్రణను మెరుగుపరుస్తుంది. మరొక అధ్యయనం ప్రకారం, ఆట పిల్లల భాషా నైపుణ్యాలను మెరుగుపరుస్తుంది. మరియు మరొక అధ్యయనం ప్రకారం, ఆట పిల్లల సామాజిక నైపుణ్యాలను మెరుగుపరుస్తుంది.

ఆట యొక్క ప్రయోజనాలు

ఆట అనేది పిల్లల అభివృద్ధికి అనేక ప్రయోజనాలను అందిస్తుంది. ఆట పిల్లలకు:

కొత్త సామర్థ్యాలను నేర్చుకోవడంలో సహాయపడుతుంది

మెదడును నియంత్రించడం నేర్చుకోవడంలో సహాయపడుతుంది

సృజనాత్మకంగా ఆలోచించడం నేర్చుకోవడంలో సహాయపడుతుంది

శ్రద్ధ మరియు నియంత్రణను మెరుగుపరుస్తుంది

భాషా నైపుణ్యాలను మెరుగుపరుస్తుంది

సామాజిక నైపుణ్యాలను మెరుగుపరుస్తుంది

సాధారణంగా ఆరోగ్యంగా మరియు సంతోషంగా ఉండటంలో సహాయపడుతుంది

ఆట యొక్క ప్రయోజనాలు: అభివృద్ధికి సమగ్ర విధానం

ఆట అనేది పిల్లల అభివృద్ధిలో ఒక ముఖ్యమైన భాగం. ఇది పిల్లలకు వారి స్వీయ-నియంత్రణ, సృజనాత్మకత, సామాజిక నైపుణ్యాలు మరియు మరిన్నింటిని అభివృద్ధి చేయడంలో సహాయపడుతుంది. ఆటల యొక్క ప్రయోజనాలు పిల్లల అభివృద్ధి యొక్క అన్ని అంశాలను ప్రభావితం చేస్తాయి, వీటిలో:

- భౌతిక అభివృద్ధి: ఆట పిల్లలకు వారి శారీరక నైపుణ్యాలను అభివృద్ధి చేయడంలో సహాయపడుతుంది, వీటిలో శక్తి, సమతుల్యత, స్థిరత్వం మరియు సహకారం ఉన్నాయి. ఉదాహరణకు, బంతిని ఆడటం పిల్లలకు వారి చేతులు మరియు కళ్ళను సమన్వయం చేయడంలో సహాయపడుతుంది.
- బౌద్ధిక అభివృద్ధి: ఆట పిల్లలకు కొత్త విషయాలు నేర్చుకోవడంలో సహాయపడుతుంది. ఆట యొక్క సవాలులు మరియు అవకాశాలు పిల్లల మెదడును కొత్త న్యూరాన్‌లను రూపొందించడానికి మరియు అనుసంధానించడానికి ప్రేరేపిస్తాయి. ఉదాహరణకు, ఒక కొత్త ఆటను నేర్చుకోవడం పిల్లలకు వారి సమస్య పరిష్కార నైపుణ్యాలను మరియు క్రమబద్ధతను అభివృద్ధి చేయడంలో సహాయపడుతుంది.
- సామాజిక అభివృద్ధి: ఆట పిల్లలకు సామాజిక నైపుణ్యాలను అభివృద్ధి చేయడంలో సహాయపడుతుంది, వీటిలో సంభాషణ, సహకారం మరియు పోటీ ఉన్నాయి. ఆట యొక్క సహకారం మరియు పోటీ అంశాలు పిల్లలకు ఇతరులతో కలిసి పని చేయడం మరియు వారి స్వంత ఆలోచనలను ప్రదర్శించడం నేర్చుకోవడంలో సహాయపడతాయి.

భావోద్వేగ అభివృద్ధి: ఆట పిల్లలకు వారి భావోద్వేగాలను అర్థం చేసుకోవడం మరియు నిర్వహించడం నేర్చుకోవడంలో సహాయపడుతుంది. ఆట యొక్క కథలు మరియు పాత్రలు పిల్లలకు వారి స్వంత అనుభవాలను అన్వేషించడానికి మరియు వారి భావోద్వేగాలను వ్యక్తపరచడానికి సహాయపడతాయి.

ఆట అనేది పిల్లల అభివృద్ధికి సమగ్ర విధానం. ఇది పిల్లలకు వారి అన్ని అంశాలను అభివృద్ధి చేయడంలో సహాయపడుతుంది. పిల్లలకు వివిధ రకాల ఆటలను అందించడం ద్వారా, మనం వారి అభివృద్ధిని పూర్తిగా ప్రోత్సహించడంలో సహాయపడవచ్చు.

Chapter 2: Why Play Matters Now More Than Ever: The Shifting Landscape of Childhood

అధ్యాయం 2. ఆట ఎప్పుడూ ముఖ్యమైనది: బాల్యం యొక్క మారుతున్న దృశ్యం

తగ్గుతున్న ఆట సమయం: పిల్లల ఆట హక్కులను అడ్డుకునే కారకాలు

ఆట అనేది పిల్లల అభివృద్ధిలో ఒక ముఖ్యమైన భాగం. ఇది పిల్లలకు వారి స్వీయ-నియంత్రణ, సృజనాత్మకత, సామాజిక నైపుణ్యాలు మరియు మరిన్నింటిని అభివృద్ధి చేయడంలో సహాయపడుతుంది. అయితే, ప్రపంచవ్యాప్తంగా పిల్లల ఆట సమయం తగ్గుతున్నట్లు కనిపిస్తోంది.

ఆట సమయం తగ్గడానికి అనేక కారకాలు ఉన్నాయి:

ఆర్థిక ఒత్తిడి: తల్లిదండ్రులు తమ పిల్లలను విద్య, తీర్పు మరియు అభివృద్ధి వంటి ఇతర కార్యకలాపాలకు అంకితం చేయడానికి ఆట సమయాన్ని తగ్గించాల్సిన అవసరం ఉండవచ్చు.

సాంకేతికత: టెలివిజన్, కంప్యూటర్లు మరియు ఇతర సాంకేతిక పరికరాలు పిల్లలకు ఆటకు తక్కువ సమయం ఇవ్వడానికి కారణమవుతాయి.

సమాజం: పిల్లలకు భద్రత మరియు సురక్షితమైన ఆట స్థలం లేకపోవడం కూడా ఆట సమయాన్ని తగ్గించవచ్చు.

ఆట సమయం తగ్గడం పిల్లల ఆట హక్కులను ఉల్లంఘిస్తుంది. యునైటెడ్ నేషన్స్ చైల్డ్‌హుడ్ రిసోర్స్ ఫండు (UNICEF) ప్రకారం, పిల్లలకు ఆట సమయం ఉండటం అనేది ఒక ప్రాథమిక ఆట హక్కు. ఆట సమయం పిల్లలకు వారి అభివృద్ధిలో విజయం సాధించడానికి అవసరమైన సామర్థ్యాలను అభివృద్ధి చేయడంలో సహాయపడుతుంది.

ఆట సమయం తగ్గడాన్ని అధిగమించడానికి కొన్ని మార్గాలు:

తల్లిదండ్రులు మరియు ఇతర సంరక్షకులకు ఆట యొక్క ప్రాముఖ్యత గురించి అవగాహన కల్పించడం.

సాంకేతిక పరికరాలను సమతుల్యం చేయడానికి పిల్లలకు సహాయపడటం.

పిల్లలకు భద్రమైన మరియు ఆహ్లాదకరమైన ఆట స్థలాలను అందించడం.

ప్రపంచవ్యాప్తంగా పిల్లల ఆట హక్కులను కాపాడటానికి మరియు వారి ఆట సమయాన్ని పెంచడానికి చర్యలు తీసుకోవడం చాలా ముఖ్యం.

ఆట కొరత యొక్క పరిణామాలు: విద్యాపరమైన, సామాజిక, మరియు భావోద్వేగపు ప్రభావాలు

ఆట అనేది పిల్లల అభివృద్ధిలో ఒక ముఖ్యమైన భాగం. ఇది పిల్లలకు వారి స్వీయ-నియంత్రణ, సృజనాత్మకత, సామాజిక నైపుణ్యాలు మరియు మరిన్నింటిని అభివృద్ధి చేయడంలో సహాయపడుతుంది. అయితే, ప్రపంచవ్యాప్తంగా పిల్లల ఆట సమయం తగ్గుతున్నట్లు కనిపిస్తోంది. ఆట కొరతకు అనేక కారణాలు ఉన్నాయి, వీటిలో ఆర్థిక ఒత్తిడి, సాంకేతికత మరియు సమాజం ఉన్నాయి.

ఆట కొరతకు అనేక ప్రతికూల పరిణామాలు ఉన్నాయి, వీటిలో విద్యాపరమైన, సామాజిక మరియు భావోద్వేగపరమైన ప్రభావాలు ఉన్నాయి.

విద్యాపరమైన ప్రభావాలు

ఆట కొరత పిల్లల విద్యాపరమైన పురోగతిని ప్రభావితం చేస్తుంది. ఆట పిల్లలకు కొత్త విషయాలు నేర్చుకోవడానికి, సమస్యలను పరిష్కరించడానికి మరియు సృజనాత్మకంగా ఆలోచించడానికి సహాయపడుతుంది. ఆట కొరత ఉన్న పిల్లలు ఈ సామర్థ్యాలను అభివృద్ధి చేయడానికి ఇబ్బంది పడవచ్చు.

ఆట కొరత పిల్లల శ్రద్ధ మరియు నియంత్రణను కూడా ప్రభావితం చేస్తుంది. ఆట పిల్లలకు శ్రద్ధ కేంద్రీకరించడం మరియు వారి ఆలోచనలను నియంత్రించడం నేర్చుకోవడంలో సహాయపడుతుంది. ఆట కొరత ఉన్న పిల్లలు ఈ సామర్థ్యాలను అభివృద్ధి చేయడానికి ఇబ్బంది

పడవచ్చు, ఇది పాఠశాలలో విజయవంతంగా ఉండటానికి ఇబ్బంది కలిగిస్తుంది.

సామాజిక ప్రభావాలు

ఆట కొరత పిల్లల సామాజిక నైపుణ్యాలను ప్రభావితం చేస్తుంది. ఆట పిల్లలకు ఇతరులతో కలిసి పని చేయడం, సహకారం చేయడం మరియు పోటీ చేయడం నేర్చుకోవడంలో సహాయపడుతుంది. ఆట కొరత ఉన్న పిల్లలు ఈ సామర్థ్యాలను అభివృద్ధి చేయడానికి ఇబ్బంది పడవచ్చు, ఇది వారి సామాజిక సంబంధాలను ప్రభావితం చేస్తుంది.

భావోద్వేగపు ప్రభావాలు

ఆట కొరత పిల్లల భావోద్వేగ ఆరోగ్యాన్ని ప్రభావితం చేస్తుంది. ఆట పిల్లలకు వారి భావోద్వేగాలను అర్థం చేసుకోవడం మరియు నిర్వహించడం నేర్చుకోవడంలో సహాయపడుతుంది.

ఆట పునరుద్ధరణ కోసం కేసు: ఆట యొక్క అవసరమైన పాత్రను తిరిగి పొందడం

ఆట అనేది పిల్లల అభివృద్ధిలో ఒక ముఖ్యమైన భాగం. ఇది పిల్లలకు వారి స్వీయ-నియంత్రణ, సృజనాత్మకత, సామాజిక నైపుణ్యాలు మరియు మరిన్నింటిని అభివృద్ధి చేయడంలో సహాయపడుతుంది. అయితే, ప్రపంచవ్యాప్తంగా పిల్లల ఆట సమయం తగ్గుతున్నట్లు కనిపిస్తోంది. ఆట కొరతకు అనేక కారణాలు ఉన్నాయి, వీటిలో ఆర్థిక ఒత్తిడి, సాంకేతికత మరియు సమాజం ఉన్నాయి.

ఆట కొరత యొక్క ప్రతికూల పరిణామాల గురించి పరిశోధన పుష్కలంగా ఉంది. ఆట కొరత పిల్లల విద్యాపరమైన పురోగతిని, సామాజిక నైపుణ్యాలను మరియు భావోద్వేగ ఆరోగ్యాన్ని ప్రభావితం చేస్తుందని పరిశోధనలు కనుగొన్నాయి.

ఈ పరిణామాల కారణంగా, ఆట పునరుద్ధరణ చాలా ముఖ్యమైనది. పిల్లల అభివృద్ధిని పూర్తిగా ప్రోత్సహించడానికి, వారికి తగినంత ఆట సమయం ఉండేలా చూసుకోవడం చాలా ముఖ్యం.

ఆట యొక్క అవసరమైన పాత్రను తిరిగి పొందడానికి కొన్ని మార్గాలు

- తల్లిదండ్రులు మరియు ఇతర సంరక్షకులకు ఆట యొక్క ప్రాముఖ్యత గురించి అవగాహన కల్పించడం. తల్లిదండ్రులు మరియు సంరక్షకులు ఆట యొక్క ప్రాముఖ్యతను అర్థం చేసుకుంటే, వారు తమ

పిల్లలకు ఆటకు అవకాశం కల్పించడానికి ఎక్కువగా ప్రయత్నిస్తారు.

సాంకేతిక పరికరాలను సమతుల్యం చేయడానికి పిల్లలకు సహాయపడటం. సాంకేతిక పరికరాలు ఆట యొక్క ప్రత్యామ్నాయంగా మారకూడదు. పిల్లలకు ఆట మరియు సాంకేతిక పరికరాలను సమతుల్యం చేయడానికి సహాయపడటం చాలా ముఖ్యం.

పిల్లలకు భద్రమైన మరియు ఆహ్లాదకరమైన ఆట స్థలాలను అందించడం. పిల్లలకు ఆట కోసం సరైన స్థలం లేకపోతే, వారు ఆటకు తక్కువ సమయం ఇవ్వడానికి అవకాశం ఉంది.

ప్రపంచవ్యాప్తంగా పిల్లల ఆట హక్కులను కాపాడటానికి మరియు వారి ఆట సమయాన్ని పెంచడానికి చర్యలు తీసుకోవడం చాలా ముఖ్యం. ఆట అనేది పిల్లల అభివృద్ధిలో ఒక అవసరమైన భాగం, మరియు దీనిని ప్రతి పిల్లకూ అందుబాటులో ఉంచాలని నిర్ధారించుకోవడం చాలా ముఖ్యం.

ఆటల నేర్చుకునే విధానం: విద్యలో ఆనందకరమైన నిమగ్నతను కలుపుట

ఆట అనేది పిల్లల అభివృద్ధిలో ఒక ముఖ్యమైన భాగం. ఇది పిల్లలకు వారి స్వీయ-నియంత్రణ, సృజనాత్మకత, సామాజిక నైపుణ్యాలు మరియు మరిన్నింటిని అభివృద్ధి చేయడంలో సహాయపడుతుంది. ఆటల నేర్చుకునే విధానం అనేది ఆటను విద్యా ప్రక్రియలో ఒక సహజమైన భాగంగా చేర్చడం ద్వారా ఈ ప్రయోజనాలను మరింత పెంచడానికి ప్రయత్నిస్తుంది.

ఆటల నేర్చుకునే విధానం యొక్క కొన్ని ప్రధాన అంశాలు:

- పిల్లల ఆసక్తులు మరియు అవసరాలకు అనుగుణంగా ఉండే ఆటలను ఉపయోగించడం.
- ఆటలను విద్యా లక్ష్యాలను సాధించడానికి ఉపయోగించడం.
- పిల్లలను ఆటలో నిమగ్నం చేయడానికి మరియు వారి విద్యా ప్రక్రియలో పాల్గొనడానికి ప్రోత్సహించడం.

ఆటల నేర్చుకునే విధానం యొక్క కొన్ని ప్రయోజనాలు:

- పిల్లల అభివృద్ధిని పూర్తిగా ప్రోత్సహించడం.
- విద్యను మరింత ఆసక్తికరమైన మరియు ఆనందదాయకంగా చేయడం.
- పిల్లలలో స్వీయ-నియంత్రణ, సృజనాత్మకత మరియు సామాజిక నైపుణ్యాలను అభివృద్ధి చేయడంలో సహాయపడటం.

ఆటల నేర్చుకునే విధానాన్ని విద్యలో వివిధ రకాలుగా ఉపయోగించవచ్చు. ఉదాహరణకు, ఆటలను ఉపయోగించి:

పిల్లలకు కొత్త విషయాలు నేర్పవచ్చు.

పిల్లలకు సమస్యలను పరిష్కరించడం నేర్పవచ్చు.

పిల్లలకు సృజనాత్మకంగా ఆలోచించడం నేర్పవచ్చు.

పిల్లలకు సామాజిక నైపుణ్యాలను నేర్పవచ్చు.

ఆటల నేర్చుకునే విధానం అనేది విద్యను మరింత ఆసక్తికరమైన మరియు ఆనందదాయకంగా చేయడానికి ఒక ప్రభావవంతమైన మార్గం. ఇది పిల్లల అభివృద్ధిని పూర్తిగా ప్రోత్సహించడంలో కూడా సహాయపడుతుంది.

ఆటల నేర్చుకునే విధానాన్ని విద్యలో విజయవంతంగా అమలు చేయడానికి కొన్ని చిట్కాలు:

పిల్లల ఆసక్తులు మరియు అవసరాలను అర్థం చేసుకోండి.

ఆటలను విద్యా లక్ష్యాలను సాధించడానికి ఎలా ఉపయోగించాలో ఆలోచించండి.

పిల్లలను ఆటలో నిమగ్నం చేయడానికి మరియు వారి విద్యా ప్రక్రియలో పాల్గొనడానికి ప్రోత్సహించండి.

Chapter 3: Playful Pedagogy: Transforming Early Childhood Education

అధ్యాయం 3. ఆటల పద్ధతి: బాల్య విద్యను మార్చడం

ఆట ఆధారిత నేర్చుకునే వాతావరణాలు: అన్వేషణ మరియు కనుగొనడం కోసం రూపొందించడం

పరిచయం

ఆట ఆధారిత నేర్చుకోవడం (GBL) అనేది విద్యార్థులను వారి స్వంత ఆసక్తులను అనుసరించడానికి మరియు వారి స్వంత నేర్చుకోవడపు మార్గాలను కనుగొనడానికి అనుమతించే ఒక విద్యా విధానం. GBLలో, విద్యార్థులు సాధారణంగా ఆటలను ప్లే చేయడం, క్రీడలు ఆడటం లేదా ఇతర శారీరకంగా చురుకైన కార్యకలాపాలలో పాల్గొనడం ద్వారా నేర్చుకుంటారు.

GBL అన్వేషణ మరియు కనుగొనడం కోసం ఒక శక్తివంతమైన సాధనం కావచ్చు. ఆటలలో, విద్యార్థులు వారి స్వంత ప్రశ్నలకు సమాధానం ఇవ్వడానికి మరియు వారి స్వంత ఆవిష్కరణలను చేయడానికి ప్రోత్సహించబడతారు. వారు తమ స్వంత మార్గంలో నేర్చుకోవడానికి మరియు వారి స్వంత నేర్చుకోవడపు వేగాన్ని నియంత్రించడానికి స్వాతంత్ర్యాన్ని కలిగి ఉంటారు.

ఈ వ్యాసం GBL అన్వేషణ మరియు కనుగొనడం కోసం ఎలా రూపొందించబడింది అనే దానిపై దృష్టి పెడుతుంది. ఇది GBL యొక్క ప్రాథమిక అంశాలను చర్చిస్తుంది మరియు

అన్వేషణ మరియు కనుగొనడంను ప్రోత్సహించడానికి GBLను ఎలా ఉపయోగించవచ్చో కొన్ని ఉదాహరణలను అందిస్తుంది.

GBL యొక్క ప్రాథమిక అంశాలు

GBL అనేది విద్యార్థులను వారి స్వంత ఆసక్తులను అనుసరించడానికి మరియు వారి స్వంత నేర్చుకోవడపు మార్గాలను కనుగొనడానికి అనుమతించే ఒక విద్యా విధానం. GBLలో, విద్యార్థులు సాధారణంగా ఆటలను ప్లే చేయడం, క్రీడలు ఆడటం లేదా ఇతర శారీరకంగా చురుకైన కార్యకలాపాలలో పాల్గొనడం ద్వారా నేర్చుకుంటారు.

GBL యొక్క కొన్ని ప్రాథమిక అంశాలు ఇక్కడ ఉన్నాయి:

స్వీయ-నిర్దేశిత నేర్చుకోవడం: GBLలో, విద్యార్థులు తమ స్వంత నేర్చుకోవడపు లక్ష్యాలను నిర్ణయించుకుంటారు మరియు వాటిని సాధించడానికి తమ స్వంత మార్గాన్ని రూపొందించుకుంటారు.

అనుభవజ్ఞత ద్వారా నేర్చుకోవడం: GBLలో, విద్యార్థులు ఆటలు లేదా ఇతర శారిరకంగా చురుకైన కార్యకలాపాల ద్వారా నేర్చుకుంటారు. ఈ అనుభవాలు విద్యార్థులకు వారి నేర్చుకోవడపు పాత్రను అర్థం చేసుకోవడంలో మరియు వారి స్వంత నేర్చుకోవడపు శైలిని అభివృద్ధి చేయడంలో సహాయపడతాయి.

ఆట ద్వారా పాఠ్యక్రమం: ఆటల కార్యకలాపాలలో నేర్చుకునే లక్ష్యాలను నేయడం

పరిచయం

ఆటలు విద్యార్థులకు నేర్చుకోవడానికి ఒక ఆనందదాయకమైన మరియు సమర్థవంతమైన మార్గం. అవి విద్యార్థులను వారి స్వంత ఆసక్తులను అనుసరించడానికి మరియు వారి స్వంత నేర్చుకోవడపు మార్గాలను కనుగొనడానికి ప్రోత్సహిస్తాయి.

ఆటలను పాఠ్యంతో అనుసంధానించడం ద్వారా, ఉపాధ్యాయులు విద్యార్థులకు పాఠ్యం యొక్క ముఖ్యమైన అంశాలను నేర్చుకోవడంలో సహాయపడవచ్చు. ఆటల కార్యకలాపాలు విద్యార్థులకు పాఠ్యంపై మరింత ఆసక్తిని పెంచడానికి మరియు వారి నేర్చుకోవడపు భావోద్వేగాలను పెంచడానికి సహాయపడతాయి.

ఈ వ్యాసం ఆటలను పాఠ్యంతో అనుసంధానించడానికి మరియు ఆటల కార్యకలాపాలలో నేర్చుకునే లక్ష్యాలను నేయడానికి ఉపాధ్యాయులకు కొన్ని చిట్కాలను అందిస్తుంది.

ఆటలను పాఠ్యంతో అనుసంధానించడం

ఆటలను పాఠ్యంతో అనుసంధానించడానికి మొదటి దశ పాఠ్యం యొక్క ముఖ్యమైన అంశాలను గుర్తించడం. ఈ అంశాలు విద్యార్థులు నేర్చుకోవాలనుకునే ముఖ్యమైన విషయాలను ఏర్పరుస్తాయి.

పాఠ్యం యొక్క ముఖ్యమైన అంశాలను గుర్తించిన తర్వాత, ఆటలు ఈ అంశాలను ఎలా బోధించగలవో ఆలోచించండి. ఆటలు విద్యార్థులకు పాఠ్యం గురించి ఆలోచించడానికి మరియు పాఠ్యం యొక్క ముఖ్యమైన అంశాలను అర్థం చేసుకోవడానికి సహాయపడే రీతిలో రూపొందించబడాలి.

ఆటల కార్యకలాపాలలో నేర్చుకునే లక్ష్యాలను నేయడం

ఆటల కార్యకలాపాలను రూపొందించేటప్పుడు, విద్యార్థుల నుండి మీరు ఏమి నేర్చుకోవాలనుకుంటున్నారో మీకు తెలుసుకోవాలి. ఈ లక్ష్యాలను స్పష్టంగా మరియు సంక్షిప్తంగా ఉంచడం ముఖ్యం.

ఆటల కార్యకలాపాలలో నేర్చుకునే లక్ష్యాల కోసం కొన్ని ఉదాహరణలు ఇక్కడ ఉన్నాయి:

విద్యార్థులు పాఠ్యం యొక్క ముఖ్యమైన అంశాలను గుర్తించగలరు.

విద్యార్థులు పాఠ్యం యొక్క ముఖ్యమైన అంశాలను అర్థం చేసుకోగలరు.

విద్యార్థులు పాఠ్యం యొక్క ముఖ్యమైన అంశాలను ఉపయోగించగలరు.

ఆటల ఉపాధ్యాయుడి పాత్ర: సహకారం, పరిశీలన, మరియు సహ-సృష్టి

పరిచయం

ఆటల ఉపాధ్యాయుడు అనేది విద్యార్థులకు ఆటల ద్వారా నేర్చుకోవడంలో సహాయపడే వ్యక్తి. ఆటల ఉపాధ్యాయులు విద్యార్థుల నేర్చుకోవడం కోసం ఆటలను ఎలా ఉపయోగించాలో తెలుసుకోవాలి మరియు విద్యార్థులకు ఆటల ద్వారా నేర్చుకోవడంలో సహాయపడే అవసరమైన నైపుణ్యాలను కలిగి ఉండాలి.

ఆటల ఉపాధ్యాయుడి పాత్ర అనేది సహకారం, పరిశీలన, మరియు సహ-సృష్టిపై దృష్టి పెడుతుంది. ఆటల ఉపాధ్యాయులు విద్యార్థులతో సహకరించాలి, వారిని పరిశీలించాలి, మరియు వారితో కలిసి ఆటలను సృష్టించాలి.

సహకారం

ఆటల ఉపాధ్యాయులు విద్యార్థులతో సహకరించడం ద్వారా వారి నేర్చుకోవడాన్ని ప్రోత్సహిస్తారు. వారు విద్యార్థులకు ఆటలను ఎలా ఆడాలో నేర్పించడానికి, ఆటల గురించి వారితో చర్చించడానికి మరియు ఆటల నుండి నేర్చుకోవడానికి వారిని ప్రోత్సహించడానికి సహకరించాలి.

ఆటల ఉపాధ్యాయులు విద్యార్థులను సహకార ఆటలలో పాల్గొనడానికి ప్రోత్సహించడం ద్వారా కూడా సహకారాన్ని ప్రోత్సహించవచ్చు. సహకార ఆటలు విద్యార్థులను ఒకరినొకరు సహాయం చేయడానికి మరియు కలిసి పని చేయడానికి ప్రోత్సహిస్తాయి.

పరిశీలన

ఆటల ఉపాధ్యాయులు విద్యార్థులను పరిశీలించడం ద్వారా వారి నేర్చుకోవడాన్ని అర్థం చేసుకోవడంలో సహాయపడవచ్చు. వారు విద్యార్థులు ఆటలను ఎలా ఆడుతున్నారు, వారు ఏమి నేర్చుకుంటున్నారు మరియు వారికి ఏమి సహాయం అవసరం అని గమనించాలి.

ఆటల ఉపాధ్యాయులు విద్యార్థుల పనిని రికార్డ్ చేయడానికి, వారు ఏమి నేర్చుకుంటున్నారో గుర్తించడానికి మరియు వారి నేర్చుకోవడాన్ని మెరుగుపరచడానికి సహాయం చేయడానికి పరిశీలన కార్యక్రమాలను ఉపయోగించవచ్చు.

సహ-సృష్టి

ఆటల ఉపాధ్యాయులు విద్యార్థులతో కలిసి ఆటలను సృష్టించడం ద్వారా వారి నేర్చుకోవడాన్ని ప్రోత్సహించవచ్చు. ఇది విద్యార్థులకు నూతన ఆలోచనలు మరియు సృజనాత్మకతను అభివృద్ధి చేయడానికి సహాయపడుతుంది.

ఆటల నేర్చుకునే విధానంలో పరీక్ష: ప్రామాణిక పరీక్షలకు మించి పెరుగుదలను కొలవడం

పరిచయం

ఆటల నేర్చుకోవడం అనేది విద్యార్థులకు నేర్చుకోవడానికి ఒక ఆనందదాయకమైన మరియు సమర్థవంతమైన మార్గం. ఆటల ద్వారా, విద్యార్థులు వారి స్వంత ఆసక్తులను అనుసరించడానికి మరియు వారి స్వంత నేర్చుకోవడపు మార్గాలను కనుగొనడానికి ప్రోత్సహించబడతారు.

ఆటల నేర్చుకోవడం యొక్క ప్రభావాన్ని కొలవడం ముఖ్యం. పరీక్షలు ఈ ప్రభావాన్ని కొలవడానికి ఒక ప్రభావవంతమైన మార్గం.

ప్రమాణిక పరీక్షలు

ప్రామాణిక పరీక్షలు విద్యార్థుల నేర్చుకోవడపు పురోగతిని కొలవడానికి ఉపయోగించే ఒక సాధారణ పద్ధతి. ఈ పరీక్షలు సాధారణంగా ఒక నిర్దిష్ట విషయం యొక్క ముఖ్యమైన అంశాలను కవర్ చేస్తాయి మరియు విద్యార్థుల అవగాహన మరియు నైపుణ్యాలను పరీక్షిస్తాయి.

ఆటల నేర్చుకోవడం యొక్క ప్రభావాన్ని కొలవడానికి ప్రమాణిక పరీక్షలను ఉపయోగించవచ్చు. అయితే, ఈ పరీక్షలు కొన్ని పరిమితులను కలిగి ఉంటాయి.

- ప్రమాణిక పరీక్షలు తరచుగా విద్యార్థుల సృజనాత్మకత, సహకారం మరియు సమస్య పరిష్కార నైపుణ్యాలను కొలవడంలో పరిమితంగా ఉంటాయి.

ప్రమాణిక పరీక్షలు విద్యార్థుల వ్యక్తిగత అభిరుచులను మరియు ఆసక్తులను పరిగణనలోకి తీసుకోవడంలో పరిమితంగా ఉంటాయి.

ఆటల నేర్చుకోవడం యొక్క ప్రభావాన్ని కొలవడానికి ఇతర మార్గాలు

ఆటల నేర్చుకోవడం యొక్క ప్రభావాన్ని కొలవడానికి ఇతర మార్గాలు కూడా ఉన్నాయి. ఈ పద్ధతులు విద్యార్థుల సృజనాత్మకత, సహకారం మరియు సమస్య పరిష్కార నైపుణ్యాలను కొలవడంలో మరింత సమర్థవంతంగా ఉంటాయి.

పరిశీలన: పరిశీలన అనేది విద్యార్థులను వారి సహజ వాతావరణంలో పరిశీలించడం ద్వారా వారి నేర్చుకోవడాన్ని అర్థం చేసుకోవడానికి ఒక మార్గం. పరిశీలన ద్వారా, ఉపాధ్యాయులు విద్యార్థులు ఆటలను ఎలా ఆడుతున్నారు, వారు ఏమి నేర్చుకుంటున్నారు మరియు వారికి ఏమి సహాయం అవసరం అని గమనించవచ్చు.

Chapter 4: Playful Policy Landscape: International Frameworks and Initiatives

అధ్యాయం 4. ఆటల విధాన దృశ్యం: అంతర్జాతీయ ఫ్రేమ్‌వర్క్‌లు మరియు చొరవలు

పిల్లల హక్కులపై ఐక్యరాజ్యాల ఒప్పందం: ఆటను ప్రాథమిక హక్కుగా గుర్తించడం

పరిచయం

పిల్లల హక్కులపై ఐక్యరాజ్యాల ఒప్పందం (CRC) అనేది ప్రపంచంలోని అన్ని పిల్లల హక్కులను రక్షించడానికి రూపొందించిన అంతర్జాతీయ చట్టం. ఈ ఒప్పందం 1989లో అమలులోకి వచ్చింది మరియు ప్రపంచవ్యాప్తంగా 196 దేశాలు దీనిని సంతకం చేశాయి.

CRCలో, ఆటను పిల్లల హక్కులలో ఒక ప్రాథమిక హక్కుగా గుర్తించారు. ఆర్టికల్ 31 ప్రకారం, "పిల్లలకు విశ్రాంతి, వినోదం మరియు ఆట యొక్క హక్కు ఉంది." ఈ హక్కు పిల్లలకు వారి స్వంత సృజనాత్మకతను వ్యక్తపరచడానికి, వారి సామాజిక నైపుణ్యాలను అభివృద్ధి చేయడానికి మరియు వారి శారీరక మరియు మానసిక ఆరోగ్యాన్ని మెరుగుపరచడానికి అవకాశం కల్పిస్తుంది.

ఆట యొక్క ప్రాథమిక హక్కు యొక్క ప్రాముఖ్యత

ఆట యొక్క ప్రాథమిక హక్కు యొక్క ప్రాముఖ్యతను వివిధ మార్గాల్లో వివరించవచ్చు.

సృజనాత్మకత మరియు ఆత్మవిశ్వాసం: ఆటలు పిల్లలకు వారి స్వంత సృజనాత్మకతను వ్యక్తపరచడానికి మరియు వారి సామర్థ్యాలను అన్వేషించడానికి అవకాశం కల్పిస్తాయి. ఇది పిల్లలలో ఆత్మవిశ్వాసాన్ని మరియు స్వీయ-గౌరవాన్ని పెంచడంలో సహాయపడుతుంది.

సామాజిక నైపుణ్యాలు: ఆటలు పిల్లలకు ఇతరులతో కలిసి పని చేయడం, సహకారం చేయడం మరియు నాయకత్వం వహించడం నేర్పడానికి సహాయపడతాయి. ఇది పిల్లలకు సమర్థవంతమైన సామాజిక జీవితాన్ని గడపడానికి అవసరమైన నైపుణ్యాలను అభివృద్ధి చేయడంలో సహాయపడుతుంది.

శారీరక మరియు మానసిక ఆరోగ్యం: ఆటలు పిల్లలకు శారీరకంగా చురుకైనవిగా ఉండటానికి మరియు వారి మానసిక ఆరోగ్యాన్ని మెరుగుపరచడానికి సహాయపడతాయి. ఆటలు పిల్లలకు వారి శరీరాలను నియంత్రించడం, వారి సహనాన్ని పెంచుకోవడం మరియు వారి భావోద్వేగాలను నిర్వహించడం నేర్పడానికి సహాయపడతాయి.

ఆట కోసం గ్లోబల్ వాదన: ఆటల పద్ధతులను మద్దే చొరవలు

పరిచయం

ఆటలు అనేవి పిల్లల హక్కులలో ఒక ప్రాథమిక హక్కు. అవి పిల్లలకు సృజనాత్మకతను వ్యక్తపరచడానికి, సామాజిక నైపుణ్యాలను అభివృద్ధి చేయడానికి మరియు శారీరక మరియు మానసిక ఆరోగ్యాన్ని మెరుగుపరచడానికి అవకాశం కల్పిస్తాయి.

ప్రపంచవ్యాప్తంగా, ఆటల పద్ధతులను ప్రోత్సహించడానికి అనేక చొరవలు జరుగుతున్నాయి. ఈ చొరవలు విద్యా వ్యవస్థ, సమాజం మరియు ప్రభుత్వాలను ఆటల ప్రాముఖ్యత గురించి అవగాహన కల్పించడానికి మరియు ఆటలకు మద్ధతు ఇవ్వడానికి కట్టుబడి ఉన్నాయి.

ఆటల పద్ధతులను మద్దే చొరవల రకాలు

ఆటల పద్ధతులను మద్దే చొరవలు వివిధ రకాలలో ఉంటాయి. కొన్ని ప్రధాన రకాలు ఇక్కడ ఉన్నాయి:

- విద్యా: ఈ చొరవలు విద్యావేత్తలు మరియు ఉపాధ్యాయులకు ఆటల యొక్క విద్యా ప్రయోజనాల గురించి అవగాహన కల్పించడానికి దృష్టి పెడతాయి. వారు ఆటలను విద్యా ప్రణాళికలో ఎలా అమలు చేయాలో ఉపాధ్యాయులకు మార్గదర్శకత్వం మరియు మద్ధతును అందిస్తారు.
- సమాజ: ఈ చొరవలు ప్రజలకు ఆటల యొక్క ప్రాముఖ్యత గురించి అవగాహన కల్పించడానికి దృష్టి పెడతాయి. వారు

ఆటలను ప్రోత్సహించడానికి కమ్యూనిటీ కార్యక్రమాలు మరియు కార్యక్రమాలను నిర్వహిస్తారు.

ప్రభుత్వ: ఈ చొరవలు ప్రభుత్వాలను ఆటలకు మద్దతు ఇవ్వడానికి ప్రోత్సహించడానికి దృష్టి పెడతాయి. వారు ఆటలను ప్రోత్సహించడానికి చట్టాలు మరియు విధానాలను అభివృద్ధి చేయడానికి ప్రభుత్వాలతో కలిసి పనిచేస్తారు.

ఆటల పద్ధతులను మద్దే చొరవల ప్రభావం

ఆటల పద్ధతులను మద్దే చొరవలు పిల్లల హక్కులను రక్షించడంలో మరియు పిల్లల అభివృద్ధిని మెరుగుపరచడంలో ప్రభావవంతంగా ఉన్నాయి. ఈ చొరవలు విద్యావ్యవస్థలో ఆటలకు మరింత ప్రాముఖ్యత ఇవ్వడానికి దారితీశాయి మరియు పిల్లలకు ఆటలకు యాక్సెస్ పెంచడంలో సహాయపడ్డాయి.

కేసు అధ్యయనాలు: విజయవంతమైన ఆటల విధాన అమలును పరిశీలించడం

పరిచయం

విజయవంతమైన ఆటల విధానాలను అమలు చేయడం గురించి అర్థం చేసుకోవడానికి, విజయవంతమైన ఆటల విధానాలను అమలు చేసిన దేశాల నుండి కేసు అధ్యయనాలు అవసరం. ఈ కేసు అధ్యయనాలు మనకు విజయవంతమైన ఆటల విధానాలకు కీలక అంశాలను అర్థం చేసుకోవడంలో సహాయపడతాయి.

కేసు అధ్యయనం 1: ఫిన్లాండ్

ఫిన్లాండ్ అనేది విద్యా విధానాలకు ప్రసిద్ధి చెందిన దేశం. ఫిన్లాండ్‌లోని విద్యా వ్యవస్థలో ఆటలు ఒక ముఖ్యమైన భాగం. ఫిన్లాండ్‌లోని విద్యార్థులు ప్రతిరోజూ కనీసం ఒక గంట ఆడుతారు.

ఫిన్లాండ్‌లోని ఆటల విధానం విజయవంతమైనదిగా పరిగణించబడుతుంది ఎందుకంటే ఇది పిల్లల అభివృద్ధికి అనేక ప్రయోజనాలను అందిస్తుంది. ఆటలు పిల్లలకు సృజనాత్మకతను వ్యక్తపరచడానికి, సామాజిక నైపుణ్యాలను అభివృద్ధి చేయడానికి మరియు శారీరక మరియు మానసిక ఆరోగ్యాన్ని మెరుగుపరచడానికి అవకాశం కల్పిస్తాయి.

కేసు అధ్యయనం 2: నార్వే

నార్వే అనేది మరొక దేశం, ఇది ఆటలకు మద్దతు ఇచ్చే విద్యా విధానాన్ని కలిగి ఉంది. నార్వేలోని విద్యార్థులు ప్రతిరోజూ కనీసం ఒక గంట ఆడుతారు.

నార్వేలోని ఆటల విధానం విజయవంతమైనదిగా పరిగణించబడుతుంది ఎందుకంటే ఇది పిల్లల అభివృద్ధికి అనేక ప్రయోజనాలను అందిస్తుంది. ఆటలు పిల్లలకు సృజనాత్మకతను వ్యక్తపరచడానికి, సామాజిక నైపుణ్యాలను అభివృద్ధి చేయడానికి మరియు శారీరక మరియు మానసిక ఆరోగ్యాన్ని మెరుగుపరచడానికి అవకాశం కల్పిస్తాయి.

కేసు అధ్యయనం 3: కెనడా

కెనడా అనేది మరొక దేశం, ఇది ఆటలకు మద్దతు ఇచ్చే విద్యా విధానాన్ని కలిగి ఉంది. కెనడాలోని విద్యార్థులు ప్రతిరోజూ కనీసం ఒక గంట ఆడుతారు.

కెనడాలోని ఆటల విధానం విజయవంతమైనదిగా పరిగణించబడుతుంది ఎందుకంటే ఇది పిల్లల అభివృద్ధికి అనేక ప్రయోజనాలను అందిస్తుంది. ఆటలు పిల్లలకు సృజనాత్మకతను వ్యక్తపరచడానికి, సామాజిక నైపుణ్యాలను అభివృద్ధి చేయడానికి మరియు శారీరక మరియు మానసిక ఆరోగ్యాన్ని మెరుగుపరచడానికి అవకాశం కల్పిస్తాయి.

సవాళ్లు మరియు అవకాశాలు: ఒకే పరిమాణం అందరికీ సరిపోయే విధానం నుండి ముందుకు సాగడం

పరిచయం

ఒకే పరిమాణం అందరికీ సరిపోయే విధానం (one-size-fits-all approach) అనేది ఒక ప్రత్యేకమైన పరిస్థితిని లేదా సమస్యను పరిష్కరించడానికి ఉపయోగించే ఒక సాధారణ విధానం. అయితే, ఈ విధానం ఎల్లప్పుడూ అత్యంత ప్రభావవంతమైనది కాదు, ముఖ్యంగా విద్య వంటి క్లిష్టమైన అంశాలకు సంబంధించి.

విద్యలో, ఒకే పరిమాణం అందరికీ సరిపోయే విధానం అనేది అన్ని విద్యార్థులకు ఒకే విధమైన విద్యను అందించడానికి ప్రయత్నిస్తుంది. ఈ విధానం అనేక సవాళ్లను ఎదుర్కొంటుంది, వీటిలో:

- విద్యార్థుల మధ్య వ్యక్తిగత తేడాలు: విద్యార్థులు వయస్సు, అభిరుచులు, నైపుణ్యాలు మరియు అవసరాలలో విభిన్నంగా ఉంటారు. ఒకే పరిమాణం అందరికీ సరిపోయే విధానం ఈ వ్యక్తిగత తేడాలను పరిగణనలోకి తీసుకోదు, దీనివల్ల కొంతమంది విద్యార్థులకు అవసరమైన సహాయం లేదా ప్రోత్సాహం లభించకపోవచ్చు.
- సాంకేతిక మార్పులు: విద్య అనేది ఒక అభివృద్ధి చెందుతున్న రంగం. కొత్త సాంకేతికతలు మరియు విధానాలు నిరంతరం అభివృద్ధి చెందుతున్నాయి. ఒకే పరిమాణం అందరికీ సరిపోయే విధానం ఈ మార్పులను అనుసరించడం కష్టతరం చేస్తుంది.

సామాజిక మార్పులు: సమాజం నిరంతరం మారుతూ ఉంటుంది. విద్యార్థుల అవసరాలు మరియు ఆకాంక్షలు కూడా మారుతుంటాయి. ఒకే పరిమాణం అందరికీ సరిపోయే విధానం ఈ మార్పులను అనుసరించడం కష్టతరం చేస్తుంది.

అవకాశాలు

ఒకే పరిమాణం అందరికీ సరిపోయే విధానం నుండి ముందుకు సాగడానికి అనేక అవకాశాలు ఉన్నాయి. ఈ అవకాశాలలో:

వ్యక్తిగతీకరణ: వ్యక్తిగతీకరణ అనేది విద్యార్థుల ప్రత్యేక అవసరాలను తీర్చడానికి విద్యను సర్దుబాటు చేయడం. వ్యక్తిగతీకరణను సాధించడానికి అనేక మార్గాలు ఉన్నాయి, వీటిలో:

విద్యార్థులకు వ్యక్తిగత లక్ష్యాలను మరియు ప్రణాళికలను సెట్ చేయడంలో సహాయపడటం

విద్యార్థులకు వేర్వేరు అభ్యాస శైలులకు అనుగుణంగా ఉండే విద్యా అవకాశాలను అందించడం

Chapter 5: Building Safe and Accessible Play Spaces: A Community Effort

అధ్యాయం 5. సురక్షితమైన మరియు యాక్సెస్‌బుల్ ప్లే స్థలాల నిర్మాణం: ఒక కమ్యూనిటీ ప్రయత్నం

ప్రకృతి ఆట యొక్క ప్రాముఖ్యత: బహిరంగ ప్రదేశాలతో తిరిగి కనెక్ట్ అవ్వడం

ప్రకృతి ఆట అనేది పిల్లలు మరియు పెద్దలు సహజ ప్రదేశాలలో ఆడుకునే ప్రక్రియ. ఇది పరుగు, ఎక్కడం, స్కేట్ చేయడం, బంతి ఆడటం వంటి ఏదైనా శారీరక కార్యకలాపాలను కలిగి ఉండవచ్చు. ప్రకృతి ఆట యొక్క అనేక ప్రయోజనాలు ఉన్నాయి, వీటిలో:

- శారీరక ఆరోగ్యం: ప్రకృతి ఆట పిల్లల మరియు పెద్దల శారీరక ఆరోగ్యాన్ని మెరుగుపరుస్తుంది. ఇది శరీర బరువును నియంత్రించడంలో, గుండె ఆరోగ్యాన్ని మెరుగుపరచడంలో మరియు కండరాల బలం మరియు స్థిరత్వాన్ని పెంచడంలో సహాయపడుతుంది.
- మానసిక ఆరోగ్యం: ప్రకృతి ఆట మానసిక ఆరోగ్యాన్ని మెరుగుపరుస్తుంది. ఇది ఒత్తిడిని తగ్గించడంలో, చిరాకును తగ్గించడంలో మరియు మానసిక స్థిరత్వాన్ని పెంచడంలో సహాయపడుతుంది.
- సామాజిక నైపుణ్యాలు: ప్రకృతి ఆట సామాజిక నైపుణ్యాలను అభివృద్ధి చేయడంలో సహాయపడుతుంది. ఇది పిల్లలు మరియు పెద్దల మధ్య సంబంధాలను మెరుగుపరచడంలో

మరియు సమూహంలో పనిచేయడం నేర్చుకోవడంలో సహాయపడుతుంది.

సృజనాత్మకత: ప్రకృతి ఆట సృజనాత్మకతను ప్రోత్సహిస్తుంది. ఇది పిల్లలు మరియు పెద్దలు కొత్త ఆలోచనలు మరియు పరిష్కారాలను కనుగొనడంలో సహాయపడుతుంది.

ప్రపంచవ్యాప్తంగా, పిల్లలు మరియు పెద్దలు బహిరంగ ప్రదేశాలలో గడిపే సమయం తగ్గుతోంది. ఇది అనేక కారణాల వల్ల జరుగుతుంది, వీటిలో:

టెక్నాలజీ: పిల్లలు మరియు పెద్దలు ఇప్పుడు మరింత సమయాన్ని టెలివిజన్, కంప్యూటర్లు మరియు ఇతర డిజిటల్ పరికరాలతో గడుపుతున్నారు.

కాలనీకరణ: పట్టణాలు మరింత సాంద్రంగా మారడం వల్ల ప్రకృతి ప్రదేశాలు అందుబాటులో ఉండడం కష్టతరం అవుతోంది.

ప్రకృతి ఆట యొక్క ప్రయోజనాల గురించి మరింత అవగాహన పెంచడం ద్వారా, మనం పిల్లలు మరియు పెద్దలు బహిరంగ ప్రదేశాలతో తిరిగి కనెక్ట్ అయ్యేలా ప్రోత్సహించవచ్చు. ఇక్కడ కొన్ని ఆలోచనలు ఉన్నాయి:

బహిరంగ ప్రదేశాలలో ఆటలు మరియు కార్యకలాపాలను నిర్వహించండి. ఇది పిల్లలు మరియు పెద్దలకు ప్రకృతి ఆటను ప్రయత్నించడానికి ఒక మార్గాన్ని అందిస్తుంది.

అందరికీ ప్లేగ్రౌండ్‌లను రూపొందించడం: సమ్మిళితత్వం మరియు యాక్సెస్‌బిలిటీ పరిగణనలు

ప్లేగ్రౌండ్‌లు అనేవి పిల్లలు మరియు పెద్దలు సహజ ప్రదేశాలలో ఆడుకునే ప్రదేశాలు. అవి శారీరక కార్యకలాపాలను ప్రోత్సహించడానికి, సామాజిక నైపుణ్యాలను అభివృద్ధి చేయడానికి మరియు సృజనాత్మకతను ప్రోత్సహించడానికి ఒక ముఖ్యమైన ప్రదేశం. అయితే, అన్ని ప్లేగ్రౌండ్‌లు అందరికీ సమానంగా అందుబాటులో లేవు.

సమ్మిళితత్వం అనేది అన్ని వ్యక్తులకు, వారు ఎవరైనా, ఎక్కడ నుండి వచ్చినా లేదా ఎలా ఆలోచించినా, సమానమైన అవకాశాలు మరియు సేవలను అందించడం. ప్లేగ్రౌండ్‌లను సమ్మిళితంగా రూపొందించడం అంటే అన్ని పిల్లలు మరియు పెద్దలు వాటిని ఆస్వాదించగలరని నిర్ధారించడం.

యాక్సెస్‌బిలిటీ అనేది అన్ని వ్యక్తులకు, వారు శారీరకంగా లేదా మానసికంగా సవాలుగా ఉన్నప్పటికీ, నిర్మాణాలు మరియు సేవలను సులభంగా ఉపయోగించగలరని నిర్ధారించడం. ప్లేగ్రౌండ్‌లను యాక్సెస్‌బుల్‌గా రూపొందించడం అంటే అవి అన్ని పిల్లలు మరియు పెద్దలు వాటిని ఉపయోగించగలరని నిర్ధారించడం.

అందరికీ ప్లేగ్రౌండ్‌లను రూపొందించడానికి కొన్ని సలహాలు:

- వివిధ శారీరక నైపుణ్యాలను కలిగిన పిల్లలకు అనుకూలంగా ఉండే ఆటలు మరియు పరికరాలను ఎంచుకోండి. ఉదాహరణకు, ఒక స్థిరమైన స్థిరత్వాన్ని కలిగి ఉన్న పిల్లలకు అనుకూలంగా ఉండే స్వింగ్‌లు మరియు

స్కేట్‌బోర్డు ట్రిక్‌ల కోసం అనుకూలంగా ఉండే ట్రిక్ బోర్డులను ఎంచుకోండి.

పిల్లల అన్ని అవసరాలను తీర్చేలా ప్లేగ్రౌండ్‌లను రూపొందించండి. ఉదాహరణకు, చెవిటి పిల్లల కోసం సైన్ లాంగ్వేజ్ సిబ్బందిని లేదా ఆప్టికల్ సెన్సార్‌లను కలిగి ఉండే ఆటలను అందించండి.

ప్లేగ్రౌండ్‌లను సురక్షితంగా ఉంచండి. అన్ని ఆటలు మరియు పరికరాలు సురక్షితంగా ఉంటాయని మరియు పిల్లలు గాయపడకుండా నిరోధించడానికి అవసరమైన రక్షణ ఉపకరణాలను అందించండి.

కమ్యూనిటీ ఆట చొరవలు: కుటుంబాలను మరియు స్థానిక భాగస్వాములను బలోపేతం చేయడం

పరిచయం

ఆట అనేది మానవులకు సహజమైన కార్యకలాపం. ఇది సంతోషాన్ని, సామాజిక అనుబంధాలను మరియు నైపుణ్యాల అభివృద్ధిని అందిస్తుంది. కమ్యూనిటీ ఆట చొరవలు ఈ ప్రయోజనాలను పెంచడానికి మరియు కుటుంబాలను మరియు స్థానిక భాగస్వాములను బలోపేతం చేయడానికి ఒక మార్గాన్ని అందిస్తాయి.

కమ్యూనిటీ ఆట చొరవల ప్రయోజనాలు

కమ్యూనిటీ ఆట చొరవలు అనేక ప్రయోజనాలను అందిస్తాయి, వీటిలో:

- కుటుంబ బంధాలను బలోపేతం చేయడం: ఆటలు కుటుంబ సభ్యుల మధ్య సంబంధాలను మెరుగుపరచడానికి మరియు బలపరచడానికి ఒక మార్గాన్ని అందిస్తాయి. అవి సాధారణ ఆసక్తులను పంచుకోవడానికి మరియు ఒకరినొకరు మరింత బాగా తెలుసుకోవడానికి కుటుంబాలకు అవకాశాన్ని అందిస్తాయి.
- సామాజిక అనుబంధాలను పెంచడం: కమ్యూనిటీ ఆట చొరవలు ప్రజలు కొత్త స్నేహితులు చేయడానికి మరియు వారి సమాజంలో ఇతరులతో కనెక్ట్ అవ్వడానికి ఒక మార్గాన్ని అందిస్తాయి. అవి కమ్యూనిటీ భావాన్ని మరియు సహకారాన్ని ప్రోత్సహించడంలో సహాయపడతాయి.

నైపుణ్యాల అభివృద్ధి: ఆటలు అనేక రకాల నైపుణ్యాలను అభివృద్ధి చేయడానికి సహాయపడతాయి, వీటిలో సహకారం, సమన్వయం, సమస్య పరిష్కారం మరియు నిర్ణయం తీసుకోవడం ఉన్నాయి. అవి పిల్లల మరియు పెద్దల ఆరోగ్యం మరియు శ్రేయస్సును మెరుగుపరచడంలో కూడా సహాయపడతాయి.

కమ్యూనిటీ ఆట చొరవల రకాలు

కమ్యూనిటీ ఆట చొరవలు వివిధ రకాలుగా ఉంటాయి, వీటిలో:

స్థానిక ఆటోత్సవాలు: స్థానిక ఆటోత్సవాలు అనేవి ఒక ప్రాంతంలోని అన్ని వయసుల ప్రజలను ఆకర్షించే పెద్ద సంఘటనలు. అవి వివిధ రకాల ఆటలను అందిస్తాయి, వీటిలో క్రీడలు, ట్రాడిషనల్ ఆటలు మరియు తాత్కాలిక ఆటలు ఉన్నాయి.

స్థానిక కమ్యూనిటీ కేంద్రాలు: స్థానిక కమ్యూనిటీ కేంద్రాలు అనేవి స్థానికులకు ఆటలు మరియు ఇతర కార్యకలాపాలను అందించే ప్రదేశాలు. అవి సాధారణంగా వివిధ రకాల ఆటలను అందిస్తాయి, వీటిలో టేబుల్ గేమ్‌లు, బోర్డ్ గేమ్‌లు మరియు వీడియో గేమ్‌లు ఉన్నాయి.

టెక్నాలజీ మరియు ఆట: డిజిటల్ సాధనాలను బాధ్యతారాహితంగా ఏకీకృతం చేయడం

పరిచయం

ఆట మరియు టెక్నాలజీ అనేవి మానవ చరిత్రలో చాలా కాలంగా ఒకదానితో ఒకటి సంబంధం కలిగి ఉన్న రెండు అంశాలు. ఆటలు మానవులు తమ సమయాన్ని గడపడానికి, సామాజిక అనుబంధాలను పెంచుకోవడానికి మరియు నైపుణ్యాలను అభివృద్ధి చేయడానికి ఒక మార్గాన్ని అందిస్తాయి. టెక్నాలజీ మన జీవితంలో ఒక ముఖ్యమైన భాగంగా మారింది, మరియు ఇది ఆటలను కూడా మార్చింది.

ఆధునిక టెక్నాలజీ ఆటలను మరింత అధునాతనంగా మరియు ఆకర్షణీయంగా చేసింది. డిజిటల్ ఆటలు మరియు గేమింగ్ సాఫ్ట్‌వేర్ కొత్త రకాల ఆటలను సృష్టించడానికి అనుమతించింది, వీటిలో వీడియో గేమ్‌లు, ఆన్‌లైన్ గేమ్‌లు మరియు మొబైల్ గేమ్‌లు ఉన్నాయి. ఈ ఆటలు ప్రజలకు ప్రపంచవ్యాప్తంగా కనెక్ట్ అవ్వడానికి మరియు ఒకరితో ఒకరు ఆటలు ఆడటానికి అవకాశాన్ని అందిస్తాయి.

డిజిటల్ సాధనాలను బాధ్యతారాహితంగా ఏకీకృతం చేయడం

డిజిటల్ ఆటలకు అనేక ప్రయోజనాలు ఉన్నప్పటికీ, వాటి కొన్ని సవాళ్లు కూడా ఉన్నాయి. ఉదాహరణకు, డిజిటల్ ఆటలు వ్యసనానికి దారితీయవచ్చు మరియు ఆరోగ్యం మరియు శ్రేయస్సుకు హానికరం కావచ్చు. అదనంగా, డిజిటల్ ఆటలు హింస మరియు వివక్షను ప్రోత్సహించే విధంగా రూపొందించబడవచ్చు.

డిజిటల్ సాధనాలను బాధ్యతారాహితంగా ఏకీకృతం చేయడం ముఖ్యం. ఇది పిల్లలు మరియు పెద్దలకు డిజిటల్ ఆటలను ఆనందించడానికి సురక్షితమైన మరియు సానుకూల మార్గాన్ని అందించడంలో సహాయపడుతుంది.

డిజిటల్ ఆటలను బాధ్యతారాహితంగా ఏకీకృతం చేయడానికి కొన్ని మార్గాలు:

మీ పిల్లల ఆట కార్యకలాపాలను పర్యవేక్షించండి. మీరు మీ పిల్లలు ఏ ఆటలను ఆడుతున్నారో మరియు ఎంత సమయం ఆడుతున్నారో తెలుసుకోండి.

మీ పిల్లలకు ఆరోగ్యకరమైన ఆట హ్యాబిట్‌లను నేర్పండి. వారికి ఆటకు సమయం పరిమితం చేయడం, విరామాలు తీసుకోవడం మరియు శారీరక కార్యకలాపాలలో పాల్గొనడం ముఖ్యం.

Chapter 6: Family-Centered Play: Supporting Playful Practices at Home

అధ్యాయం 6. కుటుంబ-కేంద్రీకృత ఆట: ఇంట్లో ఆటల పద్ధతులను మద్దతం

ఆటల తల్లిదండ్రులు: ఆటను ప్రోత్సహించే ఇంటి వాతావరణాన్ని పెంపొందించడం

పరిచయం

ఆట అనేది పిల్లల అభివృద్ధిలో ఒక ముఖ్యమైన భాగం. ఇది సంతోషాన్ని, సామాజిక అనుబంధాలను మరియు నైపుణ్యాల అభివృద్ధిని అందిస్తుంది. తల్లిదండ్రులు తమ పిల్లల ఆటను ప్రోత్సహించడం ద్వారా ఈ ప్రయోజనాలను పెంచుకోవచ్చు.

ఆటను ప్రోత్సహించే ఇంటి వాతావరణాన్ని సృష్టించడానికి కొన్ని మార్గాలు:

- ఆటను సానుకూలంగా చూడండి. ఆటను అలసట లేదా వృధా సమయంగా కాకుండా, పిల్లల అభివృద్ధికి ఒక ముఖ్యమైన భాగంగా చూడండి.
- మీ పిల్లల ఆసక్తులను ప్రోత్సహించండి. మీ పిల్లలు ఏ ఆటలను ఆనందించారో తెలుసుకోండి మరియు వారి ఆసక్తులను ప్రోత్సహించడానికి అవకాశాలను కల్పించండి.

మీరు కూడా ఆడండి! మీ పిల్లలతో కలిసి ఆడటం వారికి ఆటను ఆనందించడానికి మరియు ఆట ద్వారా నేర్చుకోవడానికి ఒక గొప్ప మార్గం.

ఆటల తల్లిదండ్రులుగా, మీరు చేయగలిగే కొన్ని నిర్దిష్ట విషయాలు ఇక్కడ ఉన్నాయి:

మీ ఇంట్లో ఆటకు ప్రదేశాన్ని కేటాయించండి. ఇది ఆట టేబుల్, టేబుల్ గేమ్‌ల కోసం షెల్ఫ్ లేదా వీడియో గేమ్‌ల కోసం స్థలం కావచ్చు.

మీ పిల్లలకు ఆటలను కొనండి లేదా అద్దెకు తీసుకోండి. మీరు వారి వయస్సు మరియు ఆసక్తులకు సరిపోయే ఆటలను ఎంచుకోండి.

మీ పిల్లలను స్థానిక గేమ్ క్లబ్ లేదా ఆట కార్యక్రమంలో చేర్చండి. ఇది వారితో కలిసి ఆడే ఇతర పిల్లలను కనుగొనడానికి వారికి సహాయపడుతుంది.

ఆటల తల్లిదండ్రులుగా, మీరు మీ పిల్లల ఆటను ప్రోత్సహించడం ద్వారా వారి అభివృద్ధిలో ముఖ్యమైన పాత్ర పోషించవచ్చు. ఆట అనేది పిల్లలకు ఆనందం, నేర్చుకోవడం మరియు పెరగడానికి ఒక గొప్ప మార్గం.

కుటుంబ ఆట సంప్రదాయాలు: సాంస్కృతిక ఆట పద్ధతులను జరుపుకోవడం

పరిచయం

ఆట అనేది మానవ సమాజంలో ఒక ముఖ్యమైన భాగం. ఇది సంతోషాన్ని, సామాజిక అనుబంధాలను మరియు నైపుణ్యాల అభివృద్ధిని అందిస్తుంది. కుటుంబాలు ఆటను ప్రోత్సహించడానికి మరియు సాంస్కృతిక ఆట పద్ధతులను జరుపుకోవడానికి అనేక మార్గాలు ఉన్నాయి.

సాంస్కృతిక ఆట పద్ధతులు

సాంస్కృతిక ఆట పద్ధతులు అనేవి ఒక నిర్దిష్ట సంస్కృతి లేదా ప్రాంతానికి ప్రత్యేకమైనవి. అవి చారిత్రకంగా సంప్రదాయంగా వస్తున్నాయి మరియు సంస్కృతి యొక్క గుర్తింపు మరియు వారసత్వానికి ముఖ్యమైనవి.

సాంస్కృతిక ఆట పద్ధతులు అనేక రకాలుగా ఉంటాయి. అవి భౌతిక ఆటలు, టేబుల్ గేమ్‌లు, కార్డ్ గేమ్‌లు, లేదా ఇతర రకాల ఆటలను కలిగి ఉండవచ్చు. అవి సాధారణంగా సమాజంలోని సభ్యుల మధ్య సహకారం, సమన్వయం మరియు సమానత్వం వంటి విలువలను ప్రోత్సహిస్తాయి.

కుటుంబ ఆట సంప్రదాయాలను ప్రోత్సహించడం

కుటుంబాలు ఆటను ప్రోత్సహించడానికి మరియు సాంస్కృతిక ఆట పద్ధతులను జరుపుకోవడానికి అనేక మార్గాలు ఉన్నాయి. ఇక్కడ కొన్ని ఆలోచనలు ఉన్నాయి:

మీ కుటుంబ చరిత్రలోని ఆటల గురించి తెలుసుకోండి. మీ పూర్వీకులు ఏ ఆటలను ఆడారు? వారు ఆ ఆటలను ఎందుకు ఆడారు?

మీ కుటుంబంతో కలిసి ఆటలను ఆడండి. ఇది ఒకరినొకరు మరింత బాగా తెలుసుకోవడానికి మరియు సంబంధాలను బలోపేతం చేయడానికి ఒక గొప్ప మార్గం.

స్థానిక కమ్యూనిటీ సంస్థలలో పాల్గొనండి. చాలా సంస్థలు సాంస్కృతిక ఆట పద్ధతులను ప్రోత్సహించడానికి కార్యక్రమాలు మరియు ఉత్సవాలను నిర్వహిస్తాయి.

కుటుంబ ఆట సంప్రదాయాలు కుటుంబాలకు అనేక ప్రయోజనాలను అందిస్తాయి. అవి:

సంతోషాన్ని మరియు సమాజాన్ని పెంచుతాయి.

సాంస్కృతిక వారసత్వాన్ని పెంచుతాయి.

నైపుణ్యాల అభివృద్ధికి సహాయపడతాయి.

కుటుంబాలు తమ కుటుంబ చరిత్రలోని ఆటలను ప్రోత్సహించడం ద్వారా మరియు సాంస్కృతిక ఆట పద్ధతులను జరుపుకోవడం ద్వారా ఈ ప్రయోజనాలను పొందవచ్చు.

ఆట అడ్డంకులను అధిగమించడం: సామాజిక-ఆర్థిక మరియు సాంస్కృతిక సవాళ్లను ఎదుర్కోవడం

ఆటలు అనేవి వినోదం మరియు వినోదం కోసం విస్తృతంగా ఆడే ఒక రకమైన కార్యకలాపం. అవి పిల్లలకు మరియు పెద్దలకు సమానంగా ఆనందాన్ని కలిగిస్తాయి మరియు అవి అనేక ప్రయోజనాలను కూడా అందిస్తాయి, వీటిలో శారీరక శ్రమ, సామాజిక నైపుణ్యాలు మరియు సృజనాత్మకత ఉన్నాయి. అయితే, కొన్ని సందర్భాల్లో, ఆటలు అడ్డంకులను ఎదుర్కొంటాయి. ఈ అడ్డంకులు సామాజిక-ఆర్థిక మరియు సాంస్కృతిక కారకాల నుండి ఉద్భవించవచ్చు.

సామాజిక-ఆర్థిక అడ్డంకులు

ఆటలు చేయడానికి డబ్బు మరియు సమయం అవసరం. ఈ రెండూ అందరికీ అందుబాటులో లేవు. పేదరికం, నిరుద్యోగం మరియు పేద ఆరోగ్య సంరక్షణ వంటి సామాజిక-ఆర్థిక కారకాలు ఆటలను చేయడం కష్టతరం చేయవచ్చు.

ఉదాహరణకు, పేద కుటుంబాలకు తమ పిల్లలకు ఆటలు కోసం డబ్బు లేదా సమయం ఉండకపోవచ్చు. పిల్లలు పని చేయడానికి లేదా ఇంటి పనులను చేయడానికి బలవంతం చేయబడవచ్చు, ఇది వారి ఆటల సమయాన్ని తగ్గిస్తుంది.

సాంస్కృతిక అడ్డంకులు

ఆటలకు సంబంధించిన సాంస్కృతిక అభిప్రాయాలు కూడా ఆటలకు అడ్డంకుగా నిలవవచ్చు. కొన్ని సంస్కృతుల్లో, ఆటలు పిల్లలకు అనుకూలమైనవి కావని నమ్ముతారు. వారు

ఆటలు పిల్లలను పని చేయకుండా లేదా చదువుకోకుండా నిరోధిస్తాయని నమ్ముతారు.

ఉదాహరణకు, కొన్ని సంస్కృతుల్లో, పిల్లలు ఆటలు ఆడటానికి బదులుగా తమ సమయాన్ని చదువుకోవడానికి లేదా ఇతర పనులను చేయడానికి కేటాయించాలని కోరబడతారు.

అడ్డంకులను అధిగమించడానికి

ఆట అడ్డంకులను అధిగమించడానికి అనేక విధాలు ఉన్నాయి. ఈ విధానాలు సామాజిక-ఆర్థిక మరియు సాంస్కృతిక కారకాలను లక్ష్యంగా చేసుకోవచ్చు.

సామాజిక-ఆర్థిక అడ్డంకులను అధిగమించడానికి

ఆటల కోసం సబ్సిడీలు లేదా లాభదాయకమైన కార్యక్రమాలను అందించడం ద్వారా ఆటలకు అందుబాటును మెరుగుపరచవచ్చు.

ఆటల కోసం సమయాన్ని కేటాయించడానికి కుటుంబాలను ప్రోత్సహించడానికి విద్యా ప్రచారాన్ని నిర్వహించవచ్చు.

కుటుంబాల కోసం వనరులు మరియు మద్ధతు: ఆటల సంబంధాలను పెంపొందించడం

ఆటలు అనేవి పిల్లల అభివృద్ధిలో ముఖ్యమైన పాత్ర పోషిస్తాయి. అవి శారీరక శ్రమ, సామాజిక నైపుణ్యాలు మరియు సృజనాత్మకతను ప్రోత్సహిస్తాయి. అయితే, అన్ని కుటుంబాలకు తమ పిల్లలతో ఆడటానికి సమయం లేదా వనరులు ఉండవు. ఈ కుటుంబాలకు వనరులు మరియు మద్ధతు అందించడం ద్వారా, మేము వారి పిల్లల ఆరోగ్యకరమైన అభివృద్ధికి సహాయపడవచ్చు.

కుటుంబాల కోసం అందుబాటులో ఉన్న వనరులు

ఆటల సంబంధాలను పెంపొందించడంలో కుటుంబాలకు సహాయపడే అనేక వనరులు అందుబాటులో ఉన్నాయి. ఈ వనరులలో కొన్ని:

- ఆన్‌లైన్ వనరులు: అనేక వెబ్‌సైట్లు మరియు యాప్‌లు ఆటల గురించి సమాచారం మరియు ఆలోచనలను అందిస్తాయి. ఈ వనరులు కుటుంబాలకు కొత్త ఆటలను కనుగొనడానికి మరియు వాటి పిల్లలతో ఆటలను ఎలా ఆడాలనే దానిపై ఆలోచనలను పొందడానికి సహాయపడతాయి.
- ప్రజా గ్రంథాలయాలు: ప్రజా గ్రంథాలయాలు ఆటల పుస్తకాలు, ఆటలు మరియు ఇతర వనరులను అందిస్తాయి. ఈ వనరులు కుటుంబాలకు ఆటల గురించి నేర్చుకోవడానికి మరియు వారి పిల్లలతో ఆటలను ఆడటానికి సహాయపడతాయి.
- సామాజిక సేవ సంస్థలు: అనేక సామాజిక సేవ సంస్థలు ఆటల కార్యక్రమాలు మరియు కోర్సులను అందిస్తాయి. ఈ

కార్యక్రమాలు కుటుంబాలకు కలిసి ఆడటానికి మరియు వారి పిల్లలతో ఆటల గురించి నేర్చుకోవడానికి అవకాశాన్ని అందిస్తాయి.

కుటుంబాలకు అందుబాటులో ఉన్న మద్దతు

కుటుంబాలకు ఆటల సంబంధాలను పెంపొందించడంలో సహాయపడే అనేక రకాల మద్దతు అందుబాటులో ఉన్నాయి. ఈ మద్దతులో కొన్ని:

వ్యక్తిగత సలహా: ఒక స్నేహితుడు, కుటుంబ సభ్యుడు లేదా మద్దతు గ్రూప్ సభ్యుడు వంటి నమ్మదగిన వ్యక్తి నుండి వ్యక్తిగత సలహా కుటుంబాలకు వారి ఆటల సంబంధాలను మెరుగుపరచడంలో సహాయపడవచ్చు.

వృత్తిపరమైన సహాయం: ఒక మానసిక ఆరోగ్య నిపుణుడు లేదా ఇతర ఆరోగ్య సంరక్షణ నిపుణుడు కుటుంబాలకు వారి ఆటల సంబంధాలను మెరుగుపరచడంలో సహాయపడే వృత్తిపరమైన సహాయాన్ని అందించవచ్చు.

Chapter 7: Researching Play: Advancing Evidence-Based Practices

అధ్యాయం 7. ఆటపై పరిశోధన: ఆధారాల-ఆధారిత పద్ధతులను అభివృద్ధి చేయడం

ఆట యొక్క ప్రభావాన్ని కొలవడం: ప్రభావవంతమైన పరిశోధన సాధనాలను అభివృద్ధి చేయడం

ఆటలు అనేవి పిల్లల అభివృద్ధిలో ముఖ్యమైన పాత్ర పోషిస్తాయి. అవి శారీరక శ్రమ, సామాజిక నైపుణ్యాలు మరియు సృజనాత్మకతను ప్రోత్సహిస్తాయి. అయితే, ఆట యొక్క ప్రభావాన్ని కొలవడం కష్టం. ఆటలు పిల్లల అభివృద్ధిలో ఎలా ప్రభావం చూపుతాయో అర్థం చేసుకోవడానికి, మనం ప్రభావవంతమైన పరిశోధన సాధనాలను అభివృద్ధి చేయాలి.

ఆట యొక్క ప్రభావాన్ని కొలవడానికి ఉపయోగించే కొన్ని పద్ధతులు

- వ్యక్తిగత ఇంటర్వ్యూలు మరియు గ్రూప్ డిస్కషన్లు: వ్యక్తిగత ఇంటర్వ్యూలు మరియు గ్రూప్ డిస్కషన్లు పిల్లలు మరియు వారి తల్లిదండ్రుల నుండి ఆట యొక్క ప్రభావం గురించి సమాచారాన్ని సేకరించడానికి ఉపయోగించవచ్చు. ఈ సమాచారం పిల్లల ఆనందం, సామాజిక నైపుణ్యాలు మరియు సృజనాత్మకత వంటి అంశాలను కవర్ చేయవచ్చు.
- మానవ పరిశోధన: మానవ పరిశోధన అనేది పిల్లల ఆట యొక్క ప్రభావాన్ని పరిశీలించడానికి ఉపయోగించే మరొక పద్ధతి. ఈ పద్ధతిలో, పిల్లలను రెండు లేదా అంతకంటే ఎక్కువ

సమూహాలుగా విభజించబడతారు. ఒక సమూహం ఆటలకు గురవుతుంది, మరొక సమూహం ఆటలకు గురవుతుంది. తరువాత, రెండు సమూహాల మధ్య తేడాలను పరిశీలించడం ద్వారా ఆట యొక్క ప్రభావాన్ని కొలవవచ్చు.

సాంకేతిక పరిశోధన: సాంకేతిక పరిశోధన అనేది ఆట యొక్క ప్రభావాన్ని పరిశీలించడానికి ఉపయోగించే మరొక పద్ధతి. ఈ పద్ధతిలో, పిల్లల ఆటను ఫోటోలు, వీడియోలు లేదా ఇతర సాంకేతిక పరికరాలతో రికార్డ్ చేయవచ్చు. తరువాత, ఈ డేటాను విశ్లేషించడం ద్వారా ఆట యొక్క ప్రభావాన్ని కొలవవచ్చు.

ప్రభావవంతమైన పరిశోధన సాధనాలను అభివృద్ధి చేయడానికి సవాళ్లు

ఆట యొక్క ప్రభావాన్ని కొలవడం కష్టం. ఈ కష్టానికి కొన్ని కారణాలు:

ఆట అనేది ఒక సంక్లిష్టమైన కార్యకలాపం. ఆట యొక్క ప్రభావాన్ని కొలవడానికి, మనం ఆట యొక్క వివిధ అంశాలను పరిగణనలోకి తీసుకోవాలి.

దీర్ఘకాలిక ఆట అధ్యయనాలు: ఆటల నేర్చుకునే విధానం యొక్క శాశ్వత ప్రయోజనాలను బయటపెట్టడం

ఆటలు అనేవి పిల్లల అభివృద్ధిలో ముఖ్యమైన పాత్ర పోషిస్తాయి. అవి శారీరక శ్రమ, సామాజిక నైపుణ్యాలు మరియు సృజనాత్మకతను ప్రోత్సహిస్తాయి. అయితే, ఆట యొక్క ప్రభావం ఎంతకాలం ఉంటుంది? ఆటలు పిల్లల అభివృద్ధిలో శాశ్వత ప్రయోజనాలను అందిస్తాయా?

ఈ ప్రశ్నలకు సమాధానం ఇవ్వడానికి, దీర్ఘకాలిక ఆట అధ్యయనాలు అవసరం. ఈ అధ్యయనాలు పిల్లలు ఆడటం ప్రారంభించినప్పటి నుండి వారి అభివృద్ధిని కాలక్రమేణా అంచనా వేస్తాయి.

దీర్ఘకాలిక ఆట అధ్యయనాల నుండి వచ్చిన కొన్ని ముఖ్యమైన కనుగొళ్ళు ఇక్కడ ఉన్నాయి:

- ఆట పిల్లల శారీరక ఆరోగ్యాన్ని మెరుగుపరుస్తుంది. ఆడుతున్న పిల్లలు తక్కువ బరువు మరియు ఊబకాయంతో ఉంటారు మరియు మెరుగైన స్థిరత్వం మరియు సమతుల్యత కలిగి ఉంటారు.
- ఆట పిల్లల సామాజిక నైపుణ్యాలను మెరుగుపరుస్తుంది. ఆడుతున్న పిల్లలు ఇతరులతో మంచి సంబంధాలను ఏర్పరచుకోవడం మరియు సమస్యలను పరిష్కరించడం నేర్చుకుంటారు.
- ఆట పిల్లల సృజనాత్మకతను ప్రోత్సహిస్తుంది. ఆడుతున్న పిల్లలు కొత్త ఆలోచనలను రూపొందించడం మరియు సమస్యలకు సృజనాత్మక పరిష్కారాలను కనుగొనడం నేర్చుకుంటారు.

ఆట పిల్లల మానసిక ఆరోగ్యాన్ని మెరుగుపరుస్తుంది. ఆడుతున్న పిల్లలు తక్కువ ఆందోళన మరియు ఒత్తిడితో ఉంటారు మరియు మెరుగైన శ్రద్ధ మరియు జ్ఞాపకశక్తి కలిగి ఉంటారు.

దీర్ఘకాలిక ఆట అధ్యయనాలు ఆటల నేర్చుకునే విధానం యొక్క శాశ్వత ప్రయోజనాలను బయటపెట్టాయి. ఆటలు పిల్లల అభివృద్ధిలో ముఖ్యమైన పాత్ర పోషిస్తాయి మరియు పిల్లలకు అనేక శాశ్వత ప్రయోజనాలను అందిస్తాయి.

ఆటల నేర్చుకునే విధానాన్ని ప్రోత్సహించడానికి మార్గాలు

ఆటల నేర్చుకునే విధానం యొక్క శాశ్వత ప్రయోజనాలను పిల్లలకు అందించడానికి, మనం ఆటలను ప్రోత్సహించడానికి కొన్ని మార్గాలు ఇక్కడ ఉన్నాయి:

పిల్లలకు ఆడటానికి సమయం మరియు అవకాశాలను అందించండి. పిల్లలు రోజుకు కనీసం రెండు గంటలు ఆడటానికి సమయం కేటాయించాలని సిఫార్సు చేయబడింది.

అంతర్-శాఖా సహకారం: పరిశోధన మరియు పద్ధతి మధ్య అంతరాన్ని పూడ్చడం

పరిశోధన మరియు పద్ధతి అనేవి ఒకదానికొకటి ముడిపడి ఉన్న రెండు ముఖ్యమైన విషయాలు. పరిశోధన అనేది కొత్త జ్ఞానాన్ని సృష్టించడానికి మరియు అర్థం చేసుకోవడానికి చేసే ప్రక్రియ. పద్ధతి అనేది పరిశోధనను నిర్వహించడానికి ఉపయోగించే విధానం.

పరిశోధన మరియు పద్ధతి మధ్య సమన్వయం కలిగి ఉండటం ముఖ్యం. పరిశోధన యొక్క లక్ష్యాలను పూర్తి చేయడానికి పద్ధతి సరిగ్గా ఉండాలి. అదేవిధంగా, పద్ధతి యొక్క మద్దతుని పొందడానికి పరిశోధన యొక్క ప్రశ్నలు మరియు అంచనాలు స్పష్టంగా ఉండాలి.

అయితే, పరిశోధన మరియు పద్ధతి మధ్య అంతరాన్ని కూడా కనుగొనవచ్చు. ఈ అంతరాన్ని పూడ్చడం ద్వారా, పరిశోధన యొక్క ప్రభావాన్ని మెరుగుపరచడానికి మరియు పద్ధతి యొక్క సమర్థతను పెంచడానికి మనం సహాయపడవచ్చు.

అంతర్-శాఖా సహకారం

అంతర్-శాఖా సహకారం అనేది వివిధ శాఖల నుండి నిపుణుల మధ్య సహకారం. ఇది పరిశోధన మరియు పద్ధతి మధ్య అంతరాన్ని పూడ్చడానికి ఒక ముఖ్యమైన సాధనం.

అంతర్-శాఖా సహకారం ద్వారా, వివిధ శాఖల నుండి నిపుణులు కలిసి పనిచేయవచ్చు మరియు వారి జ్ఞానం మరియు నైపుణ్యాలను పంచుకోవచ్చు. ఇది పరిశోధన ప్రశ్నలను మరింత సమగ్రంగా అర్థం చేసుకోవడానికి మరియు

మరింత సమర్థవంతమైన పద్ధతులను అభివృద్ధి చేయడానికి సహాయపడుతుంది.

అంతర్-శాఖా సహకారం కోసం కొన్ని సాధ్యమైన మార్గాలు:

శాస్త్రీయ సమావేశాలు మరియు సెమినార్‌లలో వివిధ శాఖల నుండి నిపుణులను కలిసి తెరవండి.

అంతర్-శాఖా పరిశోధన ప్రోగ్రామ్‌లను నిర్వహించండి.

వివిధ శాఖల నుండి నిపుణులతో కలిసి పనిచేసే అవకాశాలను అందించే ఫెలోషిప్‌లు మరియు గ్రాంట్‌లను అందించండి.

అంతర్-శాఖా సహకారం యొక్క ప్రయోజనాలు

అంతర్-శాఖా సహకారం పరిశోధన మరియు పద్ధతి మధ్య అంతరాన్ని పూడ్చడానికి అనేక ప్రయోజనాలను అందిస్తుంది. వీటిలో కొన్ని:

పరిశోధన ప్రశ్నలను మరింత సమగ్రంగా అర్థం చేసుకోవడం.

**మరింత సమర్థవంతమైన పద్ధతులను అభివృద్ధి చేయడం.

ఆట పరిశోధనలో నీతిపరమైన పరిగణనలు: పిల్లల ఆరోగ్యానికి ప్రాధాన్యత ఇవ్వడం

ఆట అనేది పిల్లల అభివృద్ధిలో ఒక ముఖ్యమైన అంశం. ఇది వారి శారీరక, మానసిక మరియు సామాజిక సామర్థ్యాలను పెంపొందించడంలో సహాయపడుతుంది. ఆట పరిశోధన అనేది ఆట యొక్క ప్రభావాలను అర్థం చేసుకోవడానికి మరియు ఆటను మరింత ప్రభావవంతంగా చేయడానికి మార్గాలను కనుగొనడానికి ఉపయోగించే ఒక ముఖ్యమైన రంగం.

ఆట పరిశోధనలో నీతిపరమైన పరిగణనలు చాలా ముఖ్యమైనవి. పిల్లలను శ్రద్ధగా మరియు గౌరవంగా చూసుకోవడం ముఖ్యం. పిల్లలకు హాని కలిగించే లేదా వారి హక్కులను ఉల్లంఘించే పరిశోధనను నివారించడం చాలా ముఖ్యం.

పిల్లల ఆరోగ్యం ఆట పరిశోధనలో అత్యంత ముఖ్యమైన నీతిపరమైన పరిగణనలలో ఒకటి. పిల్లల ఆరోగ్యానికి హాని కలిగించే లేదా వారి ఆరోగ్యాన్ని ప్రమాదంలో పడేసే పరిశోధనను నివారించడం చాలా ముఖ్యం.

పిల్లల ఆరోగ్యాన్ని కాపాడటానికి ఆట పరిశోధనలో కొన్ని నిబంధనలు:

- పిల్లలను పాల్గొనడానికి ముందు వారి తల్లిదండ్రులు లేదా సంరక్షకుల నుండి అనుమతి తీసుకోవాలి.
- పిల్లలకు ఏదైనా హాని కలిగించే పరిశోధనను నివారించాలి.

పిల్లలకు ఏదైనా ప్రమాదం ఉంటే, వారిని తక్షణమే ఆపివేయాలి.

పిల్లల ఆరోగ్యాన్ని పర్యవేక్షించడానికి మరియు ఏవైనా సమస్యలు ఉంటే వాటిని తొలగించడానికి చర్యలు తీసుకోవాలి.

ఆట పరిశోధనలో పిల్లల ఆరోగ్యాన్ని కాపాడటానికి కొన్ని నిర్దిష్ట ఉదాహరణలు:

ఒక పరిశోధనలో, పిల్లలను కొత్త ఆట సాధనాలను ఉపయోగించడానికి అనుమతించారు. ఆట సాధనాలు పిల్లలకు హాని కలిగించే అవకాశం ఉందని గుర్తించి, పరిశోధకులు పిల్లలను శరీరానికి దూరంగా ఆట సాధనాలను ఉపయోగించమని అభ్యర్థించారు.

మరొక పరిశోధనలో, పిల్లలను కొత్త ఆట వ్యవస్థను ఉపయోగించడానికి అనుమతించారు. ఆట వ్యవస్థలో ఎలక్ట్రానిక్ పరికరాలు ఉండే అవకాశం ఉందని గుర్తించి, పరిశోధకులు పిల్లలను ఆట వ్యవస్థతో ఆడుకునేటప్పుడు ఎప్పుడూ పెద్దల పర్యవేక్షణలో ఉండమని అభ్యర్థించారు.

Chapter 8: Advocating for Playful Policies: Engaging Stakeholders and Decision-Makers

అధ్యాయం 8. ఆటల విధానాల కోసం వాదన: సంబంధిత వ్యక్తులు మరియు నిర్ణయ-గ్రహీతలను నిమగ్నం చేయడం

భాగస్వాములను నిర్మించడం: ఉపాధ్యాయులు, తల్లిదండ్రులు మరియు విధాన నిర్మాతలను నిమగ్నం చేయడం

భాగస్వామ్యం అనేది విజయవంతమైన విద్య యొక్క ముఖ్యమైన అంశం. ఉపాధ్యాయులు, తల్లిదండ్రులు మరియు విధాన నిర్మాతలు పిల్లల విద్యలో పాల్గొన్నప్పుడు, పిల్లలు మెరుగ్గా నేర్చుకుంటారు మరియు మెరుగైన ఫలితాలను సాధిస్తారు.

ఉపాధ్యాయులు, తల్లిదండ్రులు మరియు విధాన నిర్మాతలను నిమగ్నం చేయడానికి అనేక విధాలు ఉన్నాయి. కొన్ని ఉదాహరణలు ఇక్కడ ఉన్నాయి:

- సమాచారాన్ని పంచుకోవడం: ఉపాధ్యాయులు, తల్లిదండ్రులు మరియు విధాన నిర్మాతలు పిల్లల పురోగతి, అవసరాలు మరియు లక్ష్యాల గురించి సమాచారాన్ని పంచుకోవడం ముఖ్యం.
- సహకారాన్ని ప్రోత్సహించడం: ఉపాధ్యాయులు, తల్లిదండ్రులు మరియు

విధాన నిర్మాతలు కలిసి పనిచేయడానికి మరియు పిల్లల విద్యకు మద్దతు ఇవ్వడానికి మార్గాలను కనుగొనడం ముఖ్యం.

సమావేశాలు మరియు సంప్రదింపులు నిర్వహించడం: ఉపాధ్యాయులు, తల్లిదండ్రులు మరియు విధాన నిర్మాతలు కలిసి కూర్చోవడానికి మరియు పిల్లల విద్య గురించి చర్చించడానికి సమయం కేటాయించడం ముఖ్యం.

ఉపాధ్యాయులు, తల్లిదండ్రులు మరియు విధాన నిర్మాతలను నిమగ్నం చేయడానికి కొన్ని నిర్దిష్ట ఉదాహరణలు ఇక్కడ ఉన్నాయి:

**ఉపాధ్యాయులు తల్లిదండ్రుల సమావేశాలను నిర్వహించవచ్చు లేదా తల్లిదండ్రులకు పిల్లల పాఠశాల జీవితం గురించి సమాచారాన్ని అందించడానికి ఇమెయిల్‌లు లేదా బులెటిన్‌లను పంపవచ్చు.

**తల్లిదండ్రులు ఉపాధ్యాయులతో కలిసి పనిచేయడానికి కమ్యూనిటీ పాఠశాల సంఘాలను ఏర్పాటు చేయవచ్చు.

**విధాన నిర్మాతలు ఉపాధ్యాయులు మరియు తల్లిదండ్రుల నుండి అభిప్రాయాన్ని సేకరించడానికి సర్వేలు లేదా వినియోగదారు సమీక్షలను నిర్వహించవచ్చు.

భాగస్వామ్యాన్ని నిర్మించడానికి సమయం మరియు కృషి అవసరం, కానీ ఇది విలువైనది. ఉపాధ్యాయులు, తల్లిదండ్రులు మరియు విధాన నిర్మాతలు ఒకరితో ఒకరు సహకరించినప్పుడు, పిల్లల విద్యలో గణనీయమైన మెరుగుదలలు సాధించవచ్చు.

ప్రజా అవగాహన ప్రచారాలు: సమాజంలో ఆట యొక్క ప్రాముఖ్యతను పెంచడం

ఆట అనేది మానవ జీవితంలో ఒక ముఖ్యమైన భాగం. ఇది వినోదం, వినోదం మరియు విద్యకు ఒక మార్గం. ఆటలు మనకు నైపుణ్యాలు నేర్పిస్తాయి, మన సామర్థ్యాలను మెరుగుపరుస్తాయి మరియు మనకు సానుకూలమైన మనస్తత్వాన్ని అందిస్తాయి.

అయితే, సమాజంలో ఆట యొక్క ప్రాముఖ్యతను చాలామంది అర్థం చేసుకోరు. వారు ఆటను చిన్నతనం నుండి వదిలివేయడం ప్రారంభిస్తారు మరియు పెద్దలైన తర్వాత దానిని తిరిగి పొందడం కష్టం.

ఈ సమస్యను పరిష్కరించడానికి, ప్రజా అవగాహన ప్రచారాలు ఒక ముఖ్యమైన పరికరం. ఈ ప్రచారాలు ప్రజలకు ఆట యొక్క ప్రాముఖ్యతను తెలియజేయడానికి మరియు వారిని ఆట ఆడటానికి ప్రోత్సహించడానికి రూపొందించబడ్డాయి.

ప్రజా అవగాహన ప్రచారాలు అనేక రకాలుగా నిర్వహించబడతాయి. అవి టెలివిజన్, రేడియో, ఇంటర్నెట్ మరియు ప్రింట్ మీడియాలో ప్రకటనలను కలిగి ఉండవచ్చు. అవి కార్యక్రమాలు, సమావేశాలు మరియు ఉపన్యాసాలను కూడా కలిగి ఉండవచ్చు.

ప్రజా అవగాహన ప్రచారాలు విజయవంతం కావడానికి, అవి కొన్ని కీలక అంశాలను పరిగణనలోకి తీసుకోవాలి. అవి:

- ఆట యొక్క ప్రాముఖ్యతను స్పష్టంగా మరియు సంక్షిప్తంగా తెలియజేయాలి.

ఆట యొక్క వివిధ ప్రయోజనాలను ప్రజలకు చూపించాలి.

ఆట ఆడటానికి సులభమైన మరియు ఆకర్షణీయమైన మార్గాలను ప్రదర్శించాలి.

ప్రజా అవగాహన ప్రచారాలు సమాజంలో ఆట యొక్క ప్రాముఖ్యతను పెంచడంలో ఒక ముఖ్యమైన పాత్ర పోషిస్తాయి. అవి ప్రజలను ఆట ఆడటానికి ప్రోత్సహించడం ద్వారా, మన సమాజాన్ని ఆరోగ్యంగా మరియు సంతోషంగా ఉంచడానికి సహాయపడతాయి.

ప్రజా అవగాహన ప్రచారాల ద్వారా సాధించగలిగే కొన్ని ప్రయోజనాలు:

ప్రజలలో ఆట యొక్క ప్రాముఖ్యత గురించి అవగాహన పెంచడం.

ఆటలను మరింత ప్రాచుర్యం పొందించడం.

ఆట ఆడటానికి ప్రజలను ప్రోత్సహించడం.

ఆరోగ్యంగా మరియు సంతోషంగా ఉండటానికి ప్రజలకు సహాయం చేయడం.

ప్రజా అవగాహన ప్రచారాలను నిర్వహించే వివిధ సంస్థలు:

ప్రభుత్వాలు

NGOలు

అకాడమీలు

స్పోర్ట్స్ అసోసియేషన్లు

వ్యాపార సంస్థలు

ఆటల చొరవల కోసం నిధులు సమకూర్చడం: ఆట కార్యక్రమాల కోసం వనరులను సురక్షితం చేయడం

ఆటలు మానవ జీవితంలో ఒక ముఖ్యమైన భాగం. అవి వినోదం, వినోదం, విద్య మరియు ఆరోగ్యానికి ఒక మార్గం. ఆటలు మనకు నైపుణ్యాలు నేర్పిస్తాయి, మన సామర్థ్యాలను మెరుగుపరుస్తాయి మరియు మనకు సానుకూలమైన మనస్తత్వాన్ని అందిస్తాయి.

అయితే, ఆటల చొరవలను నిర్వహించడానికి డబ్బు అవసరం. ఈ డబ్బును ప్రభుత్వాలు, ప్రైవేట్ సంస్థలు మరియు వ్యక్తులు అందించవచ్చు.

ప్రభుత్వ నిధులు

ప్రభుత్వాలు ఆటల చొరవలకు డబ్బును వివిధ మార్గాల్లో అందించవచ్చు. అవి:

- ఆటల విభాగం ద్వారా నిధులు
- ఆరోగ్యం మరియు విద్య విభాగాల ద్వారా నిధులు
- స్థానిక ప్రభుత్వాల ద్వారా నిధులు

ప్రభుత్వ నిధుల యొక్క ప్రయోజనాలు:

- స్థిరమైన ఆదాయ వనరు
- విస్తృత ప్రాప్యత
- నైపుణ్యం మరియు అనుభవం

ప్రభుత్వ నిధుల యొక్క అప్రయోజనాలు:

పరిమిత వనరులు

రాజకీయ ప్రభావం

ప్రైవేట్ నిధులు

ప్రైవేట్ సంస్థలు ఆటల చొరవలకు డబ్బును వివిధ మార్గాల్లో అందించవచ్చు. అవి:

స్పాన్సర్‌షిప్

డోనేషన్‌లు

పెట్టుబడి

ప్రైవేట్ నిధుల యొక్క ప్రయోజనాలు:

అదనపు ఆదాయ వనరు

నూతన ఆలోచనలు మరియు సాంకేతికతలు

మరింత స్థిరమైన ఆర్థిక వ్యవస్థ

ప్రైవేట్ నిధుల యొక్క అప్రయోజనాలు:

అనిశ్చితత

ప్రత్యేక ప్రయోజనాలకు పరిమితం చేయబడింది

వ్యక్తిగత నిధులు

వ్యక్తులు ఆటల చొరవలకు డబ్బును వివిధ మార్గాల్లో అందించవచ్చు. అవి:

- డోనేషన్‌లు
- వాలంటీర్‌షిప్

వ్యక్తిగత నిధుల యొక్క ప్రయోజనాలు:

- ఆటలకు మద్దతు ఇవ్వడానికి వ్యక్తిగత అవకాశం
- సమాజానికి తిరిగి ఇచ్చే అవకాశం

వ్యక్తిగత నిధుల యొక్క అప్రయోజనాలు:

- అనిశ్చితత
- చిన్న మొత్తంలో డబ్బు

ఆటల చొరవల కోసం నిధులు సమకూర్చడానికి కొన్ని చిట్కాలు:

- మీ లక్ష్యాలను మరియు ప్రాధాన్యతలను స్పష్టంగా నిర్వచించండి.
- **మీ లక్ష్యాలను

స్థానిక, జాతీయ మరియు అంతర్జాతీయ స్థాయిలలో విధాన వాదన

విధాన వాదన అనేది ఒక నిర్దిష్ట ప్రాంతంలో లేదా అంశంపై ఒక ప్రత్యేకమైన చర్య లేదా విధానాన్ని ప్రోత్సహించడానికి ఉపయోగించే ఒక సాధనం. ఇది ప్రజలను ఒక నిర్దిష్ట చర్య తీసుకోవడానికి ప్రేరేపించడానికి లేదా ఒక నిర్దిష్ట విధానాన్ని అమలు చేయడానికి ప్రభుత్వాన్ని ఒత్తిడి చేయడానికి ఉపయోగించవచ్చు.

స్థానిక స్థాయిలో, విధాన వాదనను పట్టణాలు, గ్రామాలు లేదా ఇతర స్థానిక ప్రభుత్వాలు నిర్వహించే విధానాలను ప్రభావితం చేయడానికి ఉపయోగించవచ్చు. ఉదాహరణకు, ఒక కమ్యూనిటీ రద్దీని తగ్గించడానికి లేదా పర్యావరణాన్ని రక్షించడానికి కొత్త చట్టాలను రూపొందించాలని డిమాండ్ చేయడానికి విధాన వాదనను ఉపయోగించవచ్చు.

జాతీయ స్థాయిలో, విధాన వాదనను కేంద్ర ప్రభుత్వం నిర్వహించే విధానాలను ప్రభావితం చేయడానికి ఉపయోగించవచ్చు. ఉదాహరణకు, ఒక ప్రజా సంస్థ కొత్త ఆర్థిక విధానాలను రద్దు చేయాలని లేదా ప్రజా ఆరోగ్య సంరక్షణను మెరుగుపరచాలని డిమాండ్ చేయడానికి విధాన వాదనను ఉపయోగించవచ్చు.

అంతర్జాతీయ స్థాయిలో, విధాన వాదనను అంతర్జాతీయ సంస్థలు లేదా సంస్థలు నిర్వహించే విధానాలను ప్రభావితం చేయడానికి ఉపయోగించవచ్చు. ఉదాహరణకు, ఒక ప్రపంచ సంస్థ శాంతి లేదా పర్యావరణాన్ని కాపాడటానికి కొత్త ఒప్పందాలను రూపొందించాలని డిమాండ్ చేయడానికి విధాన వాదనను ఉపయోగించవచ్చు.

విధాన వాదనను విజయవంతంగా చేయడానికి, కింది అంశాలను పరిగణనలోకి తీసుకోవడం ముఖ్యం:

- మీ లక్ష్యం ఏమిటి? మీరు ఏమి సాధించాలనుకుంటున్నారు? మీ లక్ష్యాన్ని స్పష్టంగా అర్థం చేసుకోవడం చాలా ముఖ్యం.
- మీ లక్ష్యాన్ని ఎవరు సాధించాలి? మీ లక్ష్యాన్ని సాధించడానికి మీరు ఎవరిని ప్రభావితం చేయాలి? మీ లక్ష్యాన్ని సాధించడానికి మీరు ఎవరితో సంభాషించాలి?
- మీరు ఏమి చెప్పాలనుకుంటున్నారు? మీ లక్ష్యాన్ని సాధించడానికి మీరు ఏ ఆలోచనలు లేదా వాదనలను ఉపయోగించాలి? మీ వాదనలు సమర్థవంతంగా ఉండేలా వాటిని బలపరిచాలి.

www.ingramcontent.com/pod-product-compliance
Lightning Source LLC
LaVergne TN
LVHW050948051026
849532LV00005B/1752

* 9 7 8 8 1 1 9 8 5 5 2 9 2 *